காஷ்மீர்: சீற்றம் பொதிந்த பார்வை

காஷ்மீர்: சீற்றம் பொதிந்த பார்வை

அருந்ததி ராய் (பி. 1961)

அருந்ததி ரய் இந்தியாவின் நட்சத்திர எழுத்தாளர், களப்பணியாளர்.

அவரது முதல் நாவலான ‘The God of Small things’ (‘சின்ன விஷயங்களின் கடவுள்’) புக்கர் பரிசு பெற்றதும் உலகப் புகழை அடைந்தார். இந்திய அரசின் அணு ஆயுதக் கொள்கை எதிர்ப்பு, இந்திய அரசமைப்பால் ஒடுக்கப்படும் கஷ்மீரிகள், ஆதிவாசிகள் ஆகியோருக்கு ஆதரவான போராட்டங்கள், அமெரிக்க ஏகாதிபத்திய எதிர்ப்பு போன்ற களப்போராட்டங்களில் ஈடுபட்டும், காத்திரமான கட்டுரைகள் எழுதியும் வருபவர். இந்துத்துவத்தின் கடுமையான விமர்சகர். தலித் விடுதலையில் ஆழ்ந்த கரிசனம் கொண்டவர். ஆய்வின் வலுக்கொண்ட அவரது கட்டுரைகள் அவற்றின் கருத்துக்களுக்காகவும் நடைக்காகவும் உலகக் கவனம் பெற்றவை.

முதல் நாவல் வெளிவந்து இருபது ஆண்டுகள் கழித்து வெளிவந்திருக்கும் அவரது இரண்டாவது நாவலான ‘The Ministry of Utmost Happiness’ (‘பெருமகிழ்வின் பேரவை’) உலக இலக்கிய அரங்கில் முக்கிய இடத்தைப் பெற்றுள்ளது.

மணி வேலுப்பிள்ளை (பி. 1948)

கொழும்பு பல்கலைக்கழகப் பட்டதாரி. முன்னர் இலங்கையிலும் பின்னர் கனடாவிலும் அரச மொழிபெயர்ப்பாளர். எழுதிய நூல்: 'மொழியினால் அமைந்த வீடு', 2004.

மொழிபெயர்ப்பு நூல்கள்: (1) 'மார்க்சியம் – ஒரு மீள்நோக்கு' (A.J.P. Taylor, Marxism - Introduction), 2008; (2) 'மாயமீட்சி' (Milan Kundera, Ignorance), 2009.

கனடாவிலிருந்து வெளிவரும் *காலம்* சஞ்சிகையில் இவருடைய எழுத்துக்கள் தொடர்ந்து வெளிவருகின்றன.

அருந்ததி ராய்

காஷ்மீர்:
சீற்றம் பொதிந்த பார்வை

தமிழில்
மணி வேலுப்பிள்ளை

காலச்சுவடு பதிப்பகம்

அன்பார்ந்த வாசகருக்கு,

வணக்கம்.

காலச்சுவடு நூலை வாங்கியமைக்கு நன்றி.

நூலின் உள்ளடக்கம், உருவாக்கம், அட்டைப்படம் இன்ன பிற அம்சங்கள் பற்றிய உங்கள் கருத்துகளையும் ஆலோசனைகளையும் காலச்சுவடு வரவேற்கிறது. தகவல், எழுத்து, வாக்கியப் பிழைகள் தென்பட்டால் கட்டாயம் தெரிவித்து உதவுங்கள். நூல் தயாரிப்பில் கடும் குறைபாடு இருப்பின் மாற்றுப் பிரதி உங்களுக்குக் கிடைக்கக் காலச்சுவடு ஏற்பாடு செய்யும்.

மின்னஞ்சல்: *publisher@kalachuvadu.com*

காலச்சுவடு நாகர்கோவில் தலைமையகத்துக்கும் கடிதம் அனுப்பலாம்.

தங்கள்
எஸ்.ஆர். சுந்தரம் (கண்ணன்)
பதிப்பாளர் – நிர்வாக இயக்குநர்

காஷ்மீர்: சீற்றம் பொதிந்த பார்வை ❖ கட்டுரைகள் ❖ ஆசிரியர்: அருந்ததி ராய் ❖ தமிழில்: மணி வேலுப்பிள்ளை ❖ © அருந்ததி ராய் ❖ முதல் பதிப்பு: ஜூலை 2013, பத்தாம் பதிப்பு: ஆகஸ்ட் 2023 ❖ வெளியீடு: காலச்சுவடு பப்ளிகேஷன்ஸ் (பி) லிட்., 669, கே.பி. சாலை, நாகர்கோவில் 629001

kaashmiir: ciiRRam potinta paarvai ❖ Tamil Translation of 'Arundhati Roy's articles on Kashmir and Afzal Guru' ❖ Essays ❖ Author: Arundhati Roy ❖ Translated by: Mani Velupillai ❖ © Arundhati Roy ❖ Language: Tamil ❖ First Edition: July 2013, Tenth Edition: August 2023 ❖ Size: Demy 1 x 8 ❖ Paper: 18.6 kgmaplitho ❖ Pages: 120

Published by Kalachuvadu Publications Pvt.Ltd., 669, K.P. Road, Nagercoil 629 001, India ❖ Phone: 91-4652-278525 ❖ e-mail: publications@kalachuvadu.com ❖ Printed at Adyar Students xerox Pvt. Ltd., No. 275 Habibullah Road, Triplicane high Road, Opp Triplicane Post Office, Triplicane, Chennai 600005

ISBN: 978-93-81969-76-2

08/2023/S.No. 521, kcp 4645, 18.6 (10) 1k

நம்பிக்கையைத் தருக்கத்திலிருந்து பிரித்துப் பார்க்கக் கற்றுக்கொண்டவர்களுக்கு

கடைசி எல்லை எட்டிய பிறகு
நாம் எங்கே செல்ல வேண்டும்?

கடைசி வானம் எட்டிய பிறகு
பறவைகள் எங்கே பறக்க வேண்டும்?

கடைசி மூச்சு இழுத்த பிறகு
தாவரங்கள் எங்கே படுக்க வேண்டும்?

- 'உலகம் நம்மைச் சூழ்கிறது'
மஹ்மூட் தார்விஷ்

பொருளடக்கம்

முன்னுரை	11
நாம் எவ்வளவு ஆழம் தோண்டப் போகிறோம்?	17
'அவர் உயிரை அழிக்க வேண்டும்' இந்திய நாடாளுமன்றம் மீதான தாக்குதலின் மிக விசித்திரமான கதை	37
சுடு செய்தி	72
தடுப்புக்காவல் கைதிகளின் ஒப்புதல் வாக்குமூலங்கள்: ஊடகங்களும் சட்டமும்	85
அஸாதி	90
சீற்றம் பொதிந்த பதிப்பு	106
போர்முழக்கத்தை ஓங்கவைக்கும் மரணதண்டனை	111

'Listening to Grasshopper' (2009) நூலில் இடம்பெற்ற காஷ்மீர் தொடர்பான கட்டுரைகளுடன் அப்சல் குரு தூக்கிலிடப்பட்ட போது அருந்ததி ராய் எழுதிய இரண்டு கட்டுரைகளையும் இணைத்து 'காஷ்மீர்: சீற்றம் பொதிந்த பார்வை' என்ற நூலாகத் தமிழில் வெளிவருகிறது. ஆங்கில நூலிற்கு அருந்ததி ராய் எழுதிய முன்னுரையில் காஷ்மீர் பற்றிய பகுதி இந்நூலின் முன்னுரையாக இணைக்கப்பட்டுள்ளது.

பதிப்பாளர்

முன்னுரை

காஷ்மீர் என்னும் பிரச்சினை என்றென்றும் நம்மிடம் உண்டு. காஷ்மீர் தொடர்பாக இந்தியாவில் காணப்படும் கருத்தொருமை கடும்பிடிவாதமே. ஊடகத் துறை, ஆட்சித்துறை, உளவுத்துறை, இந்தித் திரையுலகம் உட்பட இந்திய ஆதிக்கத் தரப்புகள் அனைத்தையும் ஊடறுத்து நிலவும் கடும்பிடிவாதம் இது.

காஷ்மீர் பள்ளத்தாக்கில் ஏறத்தாழ 20 ஆண்டுகளாகப் போர் நிகழ்ந்துவருகிறது. அதற்கு 70,000 பேர் பலியாகியுள்ளார்கள். பல்லாயிரக்கணக்கானோர் அங்குச் சித்திரவதை செய்யப்பட்டு, 'காணாமல் போக்கடிக்கப் பட்டுள்ளார்கள்.' பல்லாயிரக்கணக்கான பெண்கள் வல்லுறவுக்கு உள்ளாகியிருக்கிறார்கள்; விதவைகளாக்கப் பட்டிருக்கிறார்கள். காஷ்மீர் பள்ளத்தாக்கில் இந்தியப் படையினர் 5 லட்சம் பேர் காவல் புரிகிறார்கள். உலகிலேயே மிகப்பெரிய படைமயப்பட்ட பகுதி காஷ்மீரே. (அமெரிக்கப் படையினர் ஈராக்கில் நிலைகொண்டிருந்த போது அவர்களின் ஆகக்கூடிய எண்ணிக்கை 1,65,000.) காஷ்மீர் தீவிரவாதத்தைத் தாங்கள் பெரிதும் அடக்கி விட்டதாக இந்தியப் படையினர் இப்போது வலியுறுத்துகின்றனர். அது உண்மையாக இருக்கலாம். ஆனாலும் படைபல ஆதிக்கம் வெற்றி ஆகுமா?

தன்னை ஜனநாயக அரசு என்று வலியுறுத்தும் அரசு, படைபல ஆதிக்கத்தை எவ்வாறு நியாயப்படுத்துகிறது? ஆம், ஒழுங்காகத் தேர்தல்களை நடத்தி! காஷ்மீரில் தேர்தல்களுக்கு நீண்ட சுவாரசியமான வரலாறு உண்டு. எனினும் 1987இல் காஷ்மீர் மாநிலத் தேர்தலில் அப்பட்டமான மோசடி நடந்தேறியது. 1990இல்

அங்கு ஆயுதக் கிளர்ச்சி ஏறபட்டதற்கு அதுவே உடனடிக் காரணம். அதன் பின்னர் தேர்தல் என்பது ராணுவ ஆக்கிரமிப்பின் கருவியாகவும் இந்திய ரகசிய அரசின் தீய விளையாட்டுக்களமாகவும் மாறியுள்ளது. உளவுப்படையினரே அங்கு அரசியல் கட்சிகளைத் தோற்றுவித்து பொம்மை அரசியல்வாதிகளை உருவாக்கி வருகிறார்கள். தங்கள் விருப்பப்படி அரசியல் தலைவர்களை அவர்கள் ஆக்கியும் அழித்தும் வருகிறார்கள். வேறெவரையும்விட உளவுப்படையினரே ஒவ்வொரு தேர்தலின் விளைவுகளையும் முன்கூட்டியே நிர்ணயிக்கிறார்கள். ஒவ்வொரு தேர்தலின் முடிவிலும் காஷ்மீர் மக்களின் ஒப்புதலை இந்தியா பெற்றுள்ளதென இந்திய ஆதிக்கத் தரப்பினர் முழங்கி வருகிறார்கள்.

2008 கோடையில் அமர்நாத் கோயில் சபைக்கு நிலம் ஒதுக்கிய சர்ச்சை பெரிய அகிம்சைப் போராட்டமாக வளர்ந்தது. அன்றாடம் பல்லாயிரக்கணக்கானோர் படையினரையும் காவல்துறையினரையும் மீறித் தெருக்களில் திரண்டார்கள். கூட்டத்தினரிடையே துப்பாக்கிச் சூடு நடத்திய ஆயுதப்படையினர் பலரைக் கொன்றார்கள். எனினும் வைகறை முதல் நள்ளிரவு வரை ‘அஸாதி! அஸாதி!’ (‘சுதந்திரம்! சுதந்திரம்!’) என்ற முழக்கம் நகரெங்கும் எதிரொலித்தது. கடைக்காரர்கள், மருத்துவர்கள், படகுவீட்டுச் சொந்தக்காரர்கள், வழிகாட்டிகள், நெசவாளர்கள், கம்பளி வியாபாரிகள் அனைவரும் அறைகூவல் அட்டைகள் ஏந்தி ‘அஸாதி! அஸாதி!’ என்று தெருக்களில் முழங்கினார்கள். போராட்டம் பல நாட்கள் தொடர்ந்தது.

மேற்படி பெரிய, ஜனநாயக, அகிம்சைப் போராட்டத்தால் முதல் தடவையாக இந்தியப் பொதுசன அபிப்பிராயத்தில் பிளவுகள் தோன்றவே இந்திய அரசு பீதியடைந்தது. காஷ்மீர் குடிமக்களின் அடிபணியாமை இயக்கத்தை எதிர்கொள்ளும் விதத்தை உறுதிபடத் தீர்மானிக்காமல், போராட்டத்தை அடக்கும்படி அது உத்தரவிட்டது. அண்மைக் காலத்தில் நடைமுறைப்படுத்தப்படாத மிகவும் கொடூரமான ஊரடங்குச் சட்டத்தை நடைமுறைப்படுத்தி, கண்டவுடன் சுடவும் அது கட்டளையிட்டது. தொடர்ந்து பல நாட்களாக நடைமுறையில் இருந்த ஊரடங்குச் சட்டம் லட்சக்கணக்கானோரைக் கூண்டிலடைத்தது. சுதந்திர வேட்கை கொண்ட பெருந்தலைவர்கள் வீட்டுக்காவலில் வைக்கப்பட்டார்கள். மற்றும் பலர் சிறையில் அடைக்கப்பட்டார்கள். வீட்டுக்கு வீடு தேடுதல் நடத்தி நூற்றுக்கணக்கானோர் கைதுசெய்யப்பட்டார்கள். முன்னெப்போதும் இல்லாதவாறு தொடர்ந்து 7 வாரங்களுக்கு வெள்ளிக்கிழமைத் தொழுகை நடைபெறாத வகையில் ஜும்மா மசூதி மூடப்பட்டது.

போராட்டம் ஒடுக்கப்பட்டதும் ஓர் அசாதாரணமான நடவடிக்கையாக, காஷ்மீர் மாநிலத்தில் தேர்தல் நடத்துவது பற்றி அரசாங்கம் அறிவித்தது. தேர்தலைப் புறக்கணிக்கும் படி சுதந்திர வேட்கை கொண்ட தலைவர்கள் கோரிக்கை விடுத்தார்கள். அவர்கள் திரும்பவும் கைதுசெய்யப்பட்டார்கள். தேர்தல் முடிவுகள் இந்திய அரசாங்கத்துக்கு மாபெரும் தர்ம சங்கடத்தை ஏற்படுத்தும் என்று அநேகமாக அனைவருமே நம்பினார்கள். இந்திய பாதுகாப்புத் தரப்பினரைச் சித்தபிரமை பீடித்துக்கொண்டது. பின்னிப்பிணைந்த உளவாளிகள், கட்சிமாறிகள், படையினருடன் இணைந்த செய்தியாளர்கள் அனைவரும் புதிதாக வரிந்துகட்டி வேலைசெய்தார்கள். எந்த ஒரு விஷயத்திலும் பராமுகம் காட்டப்படவில்லை. (அங்கு நடக்கும் எந்த விஷயத்திலும் சம்பந்தப்படாத என்னைக்கூட ஸ்ரீநகரில் இரண்டு நாட்கள் வீட்டுக் காவலில் வைத்தார்கள்.)

தேர்தல் நடத்தும் அறிவிப்பு ஒரு மாபெரும் சூதாட்டமே. எனினும் அதில் வெற்றியே கிடைத்தது. மக்கள் திரண்டுவந்து வாக்களித்தார்கள். ஆயுதப் போராட்டம் ஆரம்பித்த பின்னர் இடம்பெற்ற மிகப்பெரிய வாக்களிப்பு அது. முதலில் காஷ்மீர் பள்ளத்தாக்கிலேயே மிகவும் படைமயமான மாவட்டங்களில் வாக்களிப்பு இடம்பெறும் வண்ணம் தேர்தல் அட்டவணை தயாரிக்கப்பட்டது சூதாட்ட வெற்றிக்கு உதவியது.

ஒருசில வாரங்களுக்கு முன்னர் துப்பாக்கி குண்டுகள், கண்டதும் சுடும் உத்தரவுகள் உட்பட அனைத்தையும் எதிர் கொண்ட அதே மக்கள் இப்போது விரைவாகத் தங்கள் மனத்தை ஏன் மாற்றிக்கொண்டார்கள் எனக் கேட்பதில் இந்திய ஆய்வாளர், செய்தியாளர், உளவியலாளர் எவருமே அக்கறை கொள்ளவில்லை. ஆண்டு முழுவதும் ஏராளமான படையினர் குவிக்கப்பட்ட சூழ்நிலையில் (20 பேருக்கு 1 வீரர் எனக் குவிக்கப் பட்ட சூழ்நிலையில்) நடந்த தேர்தல் என்பதைப் பொருட்படுத் தாமல் மெத்தப் படித்த அறிவுஜீவிகள் அந்த மகத்தான ஜனநாயக விழாவைப் போற்றிப் புகழ்ந்து பேசினார்கள். இந்திய நாட்டுக்குள் தேர்தல் நடக்கும்போது தொலைக்காட்சி அரங்கங் களில் குடியிருந்து ஒவ்வோர் ஆரூடத்தையும் வாக்களித்தோர் வாய்ப்பிறப்பையும் வாக்களிப்பில் புலப்படும் சின்னஞ்சிறு ஏற்றத் தாழ்வுகளையும் பிய்த்துப்பிடுங்கும் அறிவுஜீவிகள் தேர்தல் என்றால் என்ன என்பது பற்றிப் பேசினார்கள். முன்னெப்போதும் காஷ்மீர் பள்ளத்தாக்கில் இயங்காத அரசியல் கட்சியின் பிரதிநிதி களென்று சொல்லிக்கொண்டு வேட்பாளர்கள் நூற்றுக்கணக் கானோர் எங்கிருந்தோ புறப்பட்டுவந்த புதிரை எவருமே கருத்தில்

கொள்ளவில்லை. அவர்கள் எங்கிருந்து வந்தார்கள்? அவர்களுக்குப் பொருளுதவி செய்தது யார்? எவருமே கேட்கவில்லை!

ஊரடங்குச் சட்டம், கும்பல் கைது நடவடிக்கைகள், வாக்களிப்பு நடைபெறவிருந்த தேர்தல் தொகுதிகளைத் தனிமைப்படுத்தியது ஆகியவை பற்றி எவருமே பேசவில்லை. வழக்கத்துக்கு மாறாக பிரசாரம் செய்த அரசியல்வாதிகள், 'அஸாதி', காஷ்மீர் பிரச்சினை போன்றவற்றைத் தேர்தலிருந்து பிரித்து, தெருக்கள், தண்ணீர், மின்சாரம் போன்ற மாநகராட்சி அலுவல்கள் பற்றிய தேர்தல் இது என்று வலியுறுத்தியது குறித்து அநேகமானோர் பேசவில்லை. பல பத்தாண்டுகளாகப் படையினருக்குக் கட்டுப்பட்டு வாழ்ந்த மக்கள் – பகலோ இரவோ, எந்த வேளையிலும் படையினர் வீடுகளுக்குள் புகுந்து, மக்களைப் பிடித்துச்செல்லும் மாநிலத்தில் வாழ்ந்த மக்கள் – தாங்கள் சொல்வதைக் கேட்கும், தங்களுக்காக வாதாடும், தங்கள் பிரதிநிதியாக விளங்கும் எவரையும் ஏன் தேர்ந்தெடுக்கவில்லை என்று எவருமே கேட்கவில்லை.

தேர்தல் முடிவடைந்த அடுத்த நிமிடம், மீண்டும் (இந்தியாவுக்கே) வெற்றி என்று இந்திய ஆதிக்கத்தரப்பும், பிரதான ஊடகங்களும் முழக்கமிட்டன. தாங்கள் சற்று இரக்கத்துக்குரிய மக்கள் என்று – எதைப் பெற்றுக்கொள்ள அருகதையுடையவர்களோ அதைப் பெற்றுக்கொண்ட இரக்கத்துக்குரிய மக்கள் என்று – தங்களை ஆள்வோர் தங்களைப் பற்றிக்கொண்டுள்ள கண்ணோட்டத்தை காஷ்மீர் மக்கள் ஒப்புவிக்கத் தொடங்கினார்கள். அது மேற்படி தேர்தலால் உண்டான தகாத விளைவு. மிகவும் கவலையளிக்கும் பக்கவிளைவு. 'என்றுமே காஷ்மீரியரை நம்பாதீர். எங்கள் உள்ளம் நிலையானதல்ல. நாங்கள் நம்பத்தகுந்தவர்கள் அல்ல' என்று காஷ்மீரியர்கள் பலர் என்னிடம் தெரிவித்தார்கள். காஷ்மீரில் உத்தியோகபூர்வமான கொள்கையை நடைமுறைப்படுத்துவதில் உளவியல் போர் ஒரு கருவியாகப் பயன்படுத்தப்படுகிறது. பல பத்தாண்டுகளாக நிகழ்த்தப்பட்டு வரும் இக்கொடுமையை – மக்களின் தன்மானத்தை அழிக்கும் முயற்சியை – ராணுவ ஆதிக்கத்தின் படுமோசமான அம்சமென்று வாதிட இடமுண்டு.

தேர்தல் முடிந்து ஒருசில வாரங்களுக்குள் பழைய நிலைமை திரும்பியது. ஆர்ப்பாட்டங்கள், 'அஸாதி' கோரிக்கைகள். படையினரின் நீதிவிசாரணையற்ற கொலைகள் மறுபடியும் மேலோங்கின. தீவிரவாதம் ஓங்கிவருவதாகச் செய்தித்தாள்கள் தெரிவிக்கின்றன. அடுத்தடுத்த தேர்தல்களில் வாக்களித்தோரின் எண்ணிக்கை குறைந்தது குறித்து கருத்துகள் அதிகம் வெளிவராததில் வியப்பில்லை.

தேர்தலுக்கும் ஜனநாயகத்துக்கும் இடையே ஏதாவது தொடர்புண்டா என்று நீங்கள் வியப்பதற்கு இது போதும்.

ஆயுதங்கள் குவிந்து, குழப்பத்தில் வழுக்கிவிழும் பிளவுப் பாதையில் காஷ்மீர் அமைந்திருப்பதே பிரச்சினைக்கான காரணம். தெள்ளத்தெளிவான சுதந்திர உணர்வும் மங்கலான புறவடிவமும் கொண்ட காஷ்மீர் சுதந்திரப் போராட்டம், பற்பல ஆபத்தான, முரண்பட்ட சித்தாந்தச் சுழிகளுக்குள் அகப்பட்டுள்ளது: இந்திய தேசியவாதம் (கார்ப்பொரேட் நிறுவன தேசியவாதம், 'இந்து' தேசியவாதம் இரண்டும் இணைந்த ஏகாதிபத்தியம்.) பாகிஸ்தானிய தேசியவாதம் (அதன் முரண்பாடுகளின் சுமையின்கீழ் நொறுங்கி வருவது), அமெரிக்க ஏகாதிபத்தியம் (துஞ்சும் பொருளாதாரம் கண்டு பொறுமையிழந்து வருவது), புத்தெழுச்சியுறும் இஸ்லாமிய தலிபான் (மனம் பிறழ்ந்த கொடுஞ்செயல்களில் ஈடுபட்டாலும் படைபல ஆதிக்கத்தை எதிர்த்துநிற்பதால், மென்மேலும் அங்கீகாரம் பெற்றுவருவது). இச்சித்தாந்தங்கள் அனைத்தும் இனப்படுகொலை முதல் அணுவாயுதப் போர் வரை எக்கொடுமையும் புரியவல்லவை. இவற்றுடன் சீன ஏகாதிபத்திய வேட்கையையும் ஆக்கிரமிக்கும் போக்குடன் மறுபிறவியெடுக்கும் ரஷ்யாவையும் கஸ்பியன் பகுதியில் காணப்படும் பெரிய இயற்கைவாயுப் படிவையும், காஷ்மீரிலும் லடாக்கிலும் இயற்கை வாயு, எண்ணெய்ப் படிவுகள் காணப்படுவதாக இடைவிடாது கேட்கும் முணுமுணுப்புகளையும் சேர்த்தால், வல்லரசுகளுக்கிடையே புதியதொரு பனிப் போர் (Cold War) மூள்வதற்கான வழிமுறைகள் கைவசம் கிடைக்கும்.

இவை அனைத்துக்கும் இடையே ஆப்கானிஸ்தானிலும் பாகிஸ்தானிலும் அதிகரிக்கும் வன்முறைச் செயலை இந்தியாவுக்குள் செலுத்தும் கால்வாயாக விளங்க காஷ்மீர் தயாராக இருக்கிறது. இந்தியாவில் கொடுமைப்படுத்தப்பட்டு, அவமானப்படுத்தப்பட்டு, ஓரங்கட்டப்பட்ட 15 கோடி முஸ்லிம் மக்களிடையே வெகுண்டெழும் இளைஞர்கள் அதைப் பயன்படுத்திக் கொள்வார்கள். 2008ஆம் ஆண்டு மும்பைத் தாக்குதலில் உச்சமடைந்த தொடர்ச்சியான பயங்கரவாத தாக்குதல்கள் அதற்கான அறிவிப்பை வெளியிட்டுள்ளன.

உலகிலேயே மிகவும் பழைய, மிகவும் சிக்கலான பிரச்சினைகளுள் பாலஸ்தீனப் பிரச்சினையைப் போலவே காஷ்மீர் பிரச்சினையும் ஒன்று. அது தீர்க்க முடியாத பிரச்சினை என்பதல்ல அதன் அர்த்தம். தீர்வு எந்த ஒரு தரப்புக்கும் எந்த ஒரு நாட்டுக்கும் எந்த ஒரு சித்தாந்தத்துக்கும் முற்றிலும் நிறைவு

தராது என்பதே அதன் அர்த்தம். ஆகவே கட்சி நிலைபாடு களைக் கடந்த பேச்சுவார்த்தைகளை ஏற்பாடுசெய்ய வேண்டி யிருக்கும். ஆனால், அப்படி ஒரு பிரச்சினை உண்டு என்பதை இந்திய அரசாங்கம் ஏற்றுக்கொள்ளும் கட்டத்தையே நாம் இன்னும் அடையவில்லை. ஆகவே பிரச்சினையைப் பேசித் தீர்க்கும் யோசனையை அது ஏற்றுக்கொள்ளுமென்ற பேச்சுக்கே இப்போது இடமில்லை. பேசித்தீர்க்க வேண்டிய நிர்ப்பந்தம் தற்போது இந்தியாவுக்கு இல்லை. அதன் இருப்புகள் உலகளாவி ஓங்கி வருகின்றன. அதன் பொருளாதாரம் நடைபயின்று வருகிறது. அதன் அயல்நாடுகள் குருதிவெள்ளத்துடனும், உள் நாட்டுப் போருடனும், வதைமுகாம்களுடனும், அகதிகளுடனும், படைக்கலகங்களுடனும் மல்லாடி வருகையில், இந்தியா கண்ணுக்கினிய தேர்தல் ஒன்றை நடத்தி முடித்துள்ளது.

எனினும் ‘பைத்தியக்காரப் பேய்த்தனம்’ (Demon-Crazy) கொண்டு எல்லோரையும் எல்லா வேளைகளிலும் ஏமாற்ற முடியாது. காஷ்மீரில் நிலவும் குழப்பத்துக்குத் துப்பாக்கிச் சூட்டு வேகத்தில் இந்தியா காணும் தற்காலிகத் தீர்வுகள் பிரச்சினையைப் பெருக்கி, மண்ணுக்குள் புதைத்துள்ளன. புதையுண்ட பிரச்சினை நிலத்தடி நீருக்கு நஞ்சூட்டி வருகிறது.

நாம் எவ்வளவு ஆழம் தோண்டப் போகிறோம்?

அண்மையில் இளங் காஷ்மீரி நண்பர் ஒருவர் காஷ்மீர் வாழ்வு பற்றி என்னுடன் பேசிக்கொண்டிருந் தார். விலைபோகும் அரசியல் சக்திகள், சந்தர்ப்பவாதம், பாதுகாப்பு படைகளின் சொரணையற்ற காட்டுமிராண்டித் தனம், சமூகத்தின் ஓரங்களில் ஆங்காங்கே ஓங்கும் தளிர்கள் வன்முறையில் மூழ்கடிக்கப்படுவது, போராளி கள் – காவல்துறை – உளவுப்படையினர் – அரசாங்க ஊழியர்கள் – வணிகர்கள் – ஊடகத் துறையினர் ஒருவரை ஒருவர் எதிர்கொண்டு படிப்படியாகவும் காலப்போக்கி லும் ஒருவர் மற்றவராக மாறுவது பற்றி எல்லாம் அவர் பேசிக்கொண்டிருந்தார். தொடரும் கொலைகள், மேன்மேலும் மக்கள் ‘காணாமல்போதல்’, முணுமுணுப்பு, அச்சம், தீரா வதந்திகள், உண்மையில் நடைபெறும் நிகழ்வுகளுக்கும் அதாவது காஷ்மீரிகள் அறிந்த நிகழ்வு களுக்கும் அங்கு நடைபெறுவதாக எஞ்சியோரிடம் தெரிவிக்கப்படும் நிகழ்வுகளுக்கும் இடையே காணப் படும் வேறுபாட்டுடன் வாழ்வது பற்றி எல்லாம் அவர் பேசிக்கொண்டிருந்தார் ‘அன்று வணிகச் சோலையாக இருந்த காஷ்மீர் இன்று மனநோய் விடுதியாக உளளது’ என்றார்.

அவர் கூறியதை நான் எண்ணிப்பார்க்கும்போது அது இந்தியா முழுவதற்கும் பொருந்தும் கூற்றாகவே தென்படுகிறது. காஷ்மீர், வடகிழக்கு மாநிலங்களாகிய மணிப்பூர், நாகலாந்து, மிஸோரம் ஆகியவை அந்த மனநோய் விடுதியில் மிகவும் ஆபத்தான அறைகளை உள்ளடக்கிய தனிக் கூடங்களாக விளங்குகின்றன.

அதேவேளை நாட்டின் மைய மாநிலங்களிலும்கூட அறிந்த தற்கும் அறிவிக்கப்படுவதற்கும், நமக்குத் தெரிந்ததற்கும் நம்மிடம் தெரிவிக்கப்படுவதற்கும், நமக்குத் தெரியாததற்கும் நம்மிடம் வலியுறுத்தப்படுவதற்கும், மறைக்கப்படுவதற்கும் வெளியிடப்படுவதற்கும், விவரத்துக்கும் ஊகத்துக்கும், 'மெய்' உலகிற்கும் தோற்ற உலகிற்கும் இடையிலான பேதங்கள் முடிவிலா ஊகத்துக்கும் புத்திபேதலிப்பின் விளிம்புக்கும் இட்டுச் சென்றுள்ளது. கிண்டிக் கிளறிக் காய்ச்சி வடித்த இந்த நச்சுப் பானம் படுகேவலமான, நாசகார அரசியல் நோக்கத்துக்குப் பயன்படுத்தப்பட்டு வருகிறது.

பயங்கரவாத முத்திரை குத்தப்படும் தாக்குதல் நிகழும் ஒவ்வொரு முறையும் விசாரணை என்று கொள்ளத்தக்க எதுவுமின்றி அல்லது விசாரணையே இன்றி, ஏதோ ஒரு தரப்பின் மீது குற்றத்தைச் சுமத்தும் ஆவலுடன் ஆட்சியாளர் கள் ஓடோடி வருகிறார்கள். 2002 பிப்ரவரி மாதம் கோத்ரா வில் சபர்மதி விரைவு ரயில் எரிக்கப்பட்டபோதும், 2001 டிசம்பர் மாதம் நாடாளுமன்றக் கட்டடம் தாக்கப்பட்ட போதும், 2000 மார்ச் மாதம் காஷ்மீரில் – சட்டிசிங்புராவில் – சீக்கியர்கள் படுகொலைசெய்யப்பட்டபோதும் அவர்கள் அதற்காகத்தான் ஓடோடி வந்தார்கள். இவை ஒருசில முக்கிய எடுத்துக்காட்டுகள் மாத்திரமே. (பின்னர் பாதுகாப்பு படையின ரால் கொல்லப்பட்ட 'பயங்கரவாதிகள்' அப்பாவிக் கிராம வாசிகளே என்பது தெரியவந்தது. அப்புறம் டி.என்.ஏ. பரிசோதனைக்குப் போலி ரத்த மாதிரிக்கூறுகள் சமர்ப்பிக்கப் பட்டதை மாநில அரசே ஒப்புக்கொண்டது.) இத்தாக்குதல் ஒவ்வொன்றின் முடிவிலும் புலப்பட்ட சான்று மிகவும் அதிர்ச்சியூட்டுவதாக அமைந்தபடியால், உடனடியாக அது கிடப்பில்போடப்பட்டது. கோத்ரா விவகாரத்தை எடுத்துக் கொள்வோம்: அது நிகழ்ந்த கையோடு, அது ஓர் ஐ.எஸ்.ஐ. சதி என்று உள்துறை அமைச்சர் அறிவித்தார். அது பெட்ரோல் குண்டெறிந்த முஸ்லிம் கும்பலின் வேலை என்று வி.எச்.பி. சொல்கிறது. உறுத்தும் கேள்விகளுக்குப் பதில் இல்லை. ஊகங் களுக்கும் முடிவில்லை. ஒவ்வொருவரும் தாம் நம்ப விரும்பியதை நம்பும் நிலையே காணப்படுகிறது. எனினும் வகுப்புவாத வெறியை ஊட்டும் நோக்குடன் இந்த நிகழ்வு நயவஞ்சகமாகவும் திட்டமிட்டும் பயன்படுத்தப்பட்டு வருகிறது.

ஒரு நாடல்ல, இரு நாடுகள்மீது படையெடுக்கவென, செப்டெம்பர் 11ஆம் தேதி இடம்பெற்ற தாக்குதல் பற்றி இட்டுக்கட்டிய பொய்களையும் பிழையான தகவலையுமே

அமெரிக்க அரசு பயன்படுத்தியது – இனி வேறென்ன திட்டம் உண்டு என்பதை விண்ணகமே அறியும். அதே உபாயத்தையே இந்திய அரசு வேறு நாடுகளுக்கு எதிராக அல்ல, தன் சொந்த மக்களுக்கு எதிராகவே பயன்படுத்துகிறது.

கடந்த பத்தாண்டுகளில் காவல்துறையினராலும், பாதுகாப்புப் படையினராலும் ஆயிரக்கணக்கானோர் கொல்லப்பட்டுள்ளார்கள். மூத்த அதிகாரிகளின் 'கட்டளைப் படி' தாங்கள் எத்தனை 'தாதாக்களை'த் தீர்த்துக்கட்டினோம் என்பது பற்றி எல்லாம் மும்பாய் காவல்துறையினர் பலர் அண்மையில் வெளிப்படையாகவே ஊடகங்களில் பேசியிருக் கிறார்கள். ஆண்டுக்குச் சராசரியாக இருநூறு தீவிரவாதிகளை என்கவுண்டரில் தீர்த்துக் கட்டியது ஆந்திரப் பிரதேசத்தின் சாதனை. 1989 முதல் காஷ்மீரில், பெரிதும் போர் நிகழ்வது போன்ற ஒரு சூழ்நிலையில், எழுபதாயிரம் பேர் கொல்லப் பட்டுள்ளதாக மதிப்பிடப்பட்டுள்ளது. ஆயிரக்கணக்கானோர் வெறுமனே 'காணாமல் போய்விட்டார்கள்'. காணாமல் போனவர்களின் பெற்றோர் சங்கத்திடம் (எ.பி.டி.பி.) உள்ள பதிவுகளின்படி, 2003இல் மூவாயிரத்துக்கும் மேற்பட்டோர் கொல்லப்பட்டார்கள். அவர்களுள் நானூற்று அறுபத்து மூன்று பேர் படையினர். 2002 அக்டோபர் மாதம் முப்தி முகமது சயீது தலைமையிலான அரசு 'காயங்களை ஆற்று வோம்' என்ற வாக்குறுதியுடன் ஆட்சி ஏற்ற பிறகு தடுப்புக் காவலில் இருந்த ஐம்பத்து நான்கு பேர் இறந்ததாக மேற்படிப் பெற்றோர் சங்கம் தெரிவிக்கிறது. கடுந்தேசியவாதம் ஓங்கிய இக்காலகட்டத்தில் கொல்லப்படும் மக்களுக்குக் கொள்ளையர் கள் என்றோ பயங்கரவாதிகள் என்றோ கிளர்ச்சியாளர்கள் என்றோ தீவிரவாதிகள் என்றோ முத்திரை குத்தினால்தான், அவர்களைக் கொன்றவர்கள் தேசிய நலன் நாடும் அறப் போராளிகளாக உலவ முடியும். மேலும் எவர்க்குமே அவர்கள் பதில் சொல்ல வேண்டியதுமில்லை. கொல்லப்பட்ட ஒவ்வொரு வரும் ஒரு குண்டர் அல்லது பயங்கரவாதி அல்லது கிளர்ச்சி யாளர் அல்லது தீவிரவாதி என்பது உண்மையே என்று கொண்டாலும்கூட, (நிச்சயமாக அது உண்மையே அல்ல) அத்தனை பேரையும் அத்தகைய நம்பிக்கை இழந்த நடவடிக்கை களுக்கு நகர்த்தும் இச்சமூகத்தில் பயங்கரமான பிழை ஏதோ இருக்கிறது என்பதையே அது உணர்த்துகிறது.

பயங்கரவாத தடைச் சட்டம் ('பொடா') பத்து மாநிலங் களில் அமலாகியுள்ளது. மக்களை உலைத்து, அச்சுறுத்தும் இந்திய அரசின் முனைப்புக்கு அச்சட்டத்தின் மூலம் புனிதத்

தன்மை அளிக்கப்பட்டு, அது நிலைநாட்டப்பட்டுள்ளது. 'பொடா' சட்டத்தை மேலெழுந்தவாரியாக வாசிப்பவர்கள் கூட, அது கொடிய சட்டம் என்பதைப் புரிந்துகொள்வர். வெடிபொருட் பையுடன் அகப்படும் அல்-கைதா செயலாளி முதல் வேப்பமரத்தின் கீழமர்ந்து குழலூதும் ஆதிவாசி வரை இது எவர்க்கும் பொருந்தும் சட்டம், எல்லாம் அடங்கிய பல்திறச் சட்டம். எப்படி எல்லாம் வளைய வேண்டுமென்று அரசு விரும்புகிறதோ அப்படி எல்லாம் வளையும் வல்லமையே 'பொடா' சட்டத்தின் மகிமை. நமது ஆட்சியாளரின் தயவில் தான் நாம் வாழ்கிறோம். தமிழ்நாட்டில் மாநில அரசு மீதான விமர்சனத்தை ஒழிப்பதற்கு இச்சட்டம் பயன்படுத்தப்பட்டுள்ளது. ஜார்க்கண்டில் மூவாயிரத்து இருநூறு பேர்மீது, பெரும்பாலும் வறிய ஆதிவாசிகள், மாவோயிஸ்ட்களென்று குற்றஞ்சாட்டப்பட்டு, 'பொடா' சட்டத்தின்கீழ் வழக்குத் தொடரப்பட்டுள்ளது. கிழக்கு உத்தரப் பிரதேசத்தில் தமது நில உரிமைகள், வாழ்வுரிமைகள் மறுக்கப்படுவதற்கு எதிர்ப்புத் தெரிவிக்கத் துணிந்தவர்களை அடக்குவதற்கு இச்சட்டம் பயன்படுத்தப்படுகிறது. குஜராத்திலும் மும்பையிலும் பெரிதும் முஸ்லிம்களுக்கு எதிராக இது பயன்படுத்தப்படுகிறது. 2002ஆம் ஆண்டு குஜராத்தில் அரசு உடந்தையுடன் முஸ்லிம்கள் இரண்டாயிரம் பேர் படுகொலை செய்யப்பட்டதற்கும் ஒரு லட்சத்து ஐம்பதினாயிரம் பேர் தமது வீடுகளிலிருந்து விரட்டப்பட்டதற்கும் பின்னர் 'பொடா' சட்டத்தின்கீழ் இருநூற்று எண்பத்தியேழு பேர்மீது குற்றம் சுமத்தப்பட்டுள்ளது. இவர்களுள் இருநூற்று எண்பத்தாறு பேர் முஸ்லிம்கள், ஒருவர் சீக்கியர். காவல்துறையின் தடுப்புக்காவலில் உள்ளவர்களிடம் பலவந்தமாகப் பெறப்படும் வாக்குமூலங்களை நீதிமன்றத்தில் சான்றுகளாக முன்வைப்பதை 'பொடா' சட்டம் அனுமதிக்கிறது. இதன் விளைவாகக் காவல்துறையின் சித்திரவதை, 'பொடா' சட்டத்தின்படி காவல்துறையின் விசாரணையாகிறது. இது எதிர்பார்த்த பலனைத் தரும். விரைவான, மலிவான விசாரணை. அந்த வகையில் அரசாங்கச் செலவைச் சுருக்கும் விதம் பற்றியும் நாம் உரையாடலாம்.

2004 மார்ச் மாதம் 'பொடா' சட்டம் பற்றிய மக்கள் தீர்ப்பாயத்தில் நான் அங்கம் வகித்தேன். நமது வியத்தகு ஜனநாயக நாட்டில் இடம்பெறும் நிகழ்வுகள் பற்றிய பயங்கர சாட்சியங்களை இரண்டு நாட்களாக நாங்கள் கேட்டோம். நம் காவல் நிலையங்களில் அனைத்துமே நிகழ்கின்றன என்பதை உங்களிடம் நான் உறுதியாகக் கூறுவேன்: அங்கு மக்கள் சிறுநீர்

குடிக்க வைக்கப்பட்டு, ஆடை களையப்பட்டு, அவமானப் படுத்தப்பட்டு, மின்சார அதிர்ச்சி கொடுக்கப்பட்டு, சிகரட்டால் சுடப்பட்டு, மலவாயினுள் இரும்புக் கம்பிகள் செலுத்தப்பட்டு, புடைக்கப்பட்டு, உதைக்கப்பட்டுக் கொல்லப்படுகிறார்கள்.

நாடு முழுவதும் 'பொடா' சட்டத்தின்படி சின்னஞ் சிறுவர்கள் உட்பட நூற்றுக்கணக்கானோர் சிறையில் அடைக்கப்பட்டு, ஜாமீன் மறுக்கப்பட்டு, பகிரங்க ஆய்வுக்கு உட்படாத 'பொடா' சிறப்பு நீதிமன்றங்களில் விசாரணையை எதிர்பார்த்து இருக்கிறார்கள். 'பொடா' சட்டத்தின்கீழ் குற்றஞ் சாட்டப்பட்டவர்களுள் பெரும்பாலானோர் பின்வரும் இரண்டில் ஒன்றின்படி குற்றவாளிகள்: ஒன்று அவர்கள் ஏழைகள் – பெரிதும் தலித்துக்களும் ஆதிவாசிகளும். அல்லது அவர்கள் முஸ்லிம்கள். ஒருவர் குற்றவாளி என்று நிரூபிக்கப் படும்வரை அவர் நிரபராதி என்பதை ஏற்கும் குற்றவியல் சட்ட நெறியுரையை 'பொடா' சட்டம் தலைகீழாக்குகிறது. 'பொடா' சட்டத்தின்படி, உங்கள்மீது உரியமுறைப்படி சுமத்தப் படாத குற்றத்தில் நீங்கள் நிரபராதி என்று நிரூபித்தாலொழிய ஜாமீன் பெற முடியாது. அதாவது, நீங்கள் என்ன குற்றம் புரிந்துள்ளீர்களென்று சாட்டப்படுகிறதோ அந்தக் குற்றம் உங்களுக்குத் தெரியாவிட்டாலும்கூட நீங்கள் உங்களை நிரபராதி என்று நிரூபிக்க வேண்டியுள்ளது. அது நம் எல்லோருக்கும் பொருந்துகிறது. கருத்துரீதியாக, நாம் எல்லோரும் குற்றஞ் சாட்டப்படக் காத்திருக்கும் தேசத்தவர்தான்.

'பொடா' சட்டம் 'தவறாகப் பயன்படுத்தப்படுகிறது' என்று கொள்வதுகூட ஒரு வெகுளித்தனமே. அது முழுக்க முழுக்க என்ன காரணங்களுக்காக இயற்றப்பட்டதோ அதே காரணங் களுக்காகவே பயன்படுத்தப்படுகிறது. மலிமத் குழுவின் பரிந்துரைகளை நடைமுறைப்படுத்தினால், 'பொடா' சட்டம் இயல்பாகவே, விரைவாகவே ரத்தாகிவிடும். சில விஷயங்களைக் குறித்து 'பொடா' சட்ட ஏற்பாடுகளுடன் வழமையான குற்றவியல் சட்டம் ஒருங்கிணைக்கப்பட வேண்டுமென்று மலிமத் குழு பரிந்துரைக்கிறது. இனிக் குற்றவாளிகளே இருக்க மாட்டார்கள். பயங்கரவாதிகள் மட்டுமே இருப்பார்கள். எத்துணை நேர்த்தி!

இன்று ஜம்மு–காஷ்மீரிலும் வடகிழக்கு மாநிலங்கள் பலவற்றிலும் சாதாரணப் படையதிகாரிகள் மட்டுமல்ல ஆணைபெற்ற இளநிலைப் படையதிகாரிகள், ஆணையே பெறாத படையதிகாரிகள் கூட, அமைதிக்குப் பங்கம் விளைவித்ததாக அல்லது ஆயுதம் ஏந்தியதாகச் சந்தேகத்தின்

பேரில் அதிகாரம் பிரயோகிப்பதற்கு (கொல்வதற்குக் கூட) ஆயுதப் படைகள் சிறப்பு அதிகாரச் சட்டம் அனுமதி அளிக்கிறது. சந்தேகத்தின் பேரில்! இது எதற்கு இட்டுச்செல்லுமென்பது குறித்து இந்தியாவில் வாழும் எவரும் மாயைக்கு உள்ளாக முடியாது. சித்திரவதை, காணாமல்போதல், தடுப்புக்காவலில் இறத்தல், வன்புணர்ச்சி, (பாதுகாப்பு படையினரின்)கூட்டு வன்புணர்ச்சி நிகழ்வுகள் பற்றிய ஆவணங்களே உங்களை அஞ்சி அதிரவைக்கப் போதுமானவை. இவை எல்லாவற்றையும் கடந்து சர்வதேச சமூகத்திலும் நமது நடுத்தர வர்க்கத்திலும் ஒரு பெரிய ஜனநாயக நாடு என்ற நற்பெயரைக் கட்டிக்காத்து வைத்திருப்பது இந்தியாவுக்கு ஒரு மாபெரும் வெற்றி ஆகும்.

'வெள்ளையனே வெளியேறு' இயக்கத்தை எதிர்கொள்வதற்கென 1942 ஆகஸ்ட் 15இல் லின்லித்கோ பிரபுவால் நிறைவேற்றப்பட்ட அவசரச் சட்டத்தின் கொடிய வடிவமே ஆயுதப் படைகள் சிறப்பு அதிகாரச் சட்டம். 1958ஆம் ஆண்டு மணிப்பூர் மாநிலத்தில் 'குழப்பப் பகுதிகள்' என்று அறிவிக்கப்பட்ட இடங்களில் அது நடைமுறைப்படுத்தப்பட்டது. அப்போது அசாம் மாநிலத்தின் பகுதியாக இருந்த மிஸோரம் முழுவதும் 1965ஆம் ஆண்டு 'குழப்பப் பகுதி' என்று அறிவிக்கப்பட்டது. 1972இல் திரிபுராவும் அச்சட்டத்தின்கீழ் கொண்டு வரப்பட்டது. 1980இல் மணிப்பூர் முழுவதும் 'குழப்பப் பகுதி' என்று அறிவிக்கப்பட்டது. அடக்கி ஒடுக்கும் நடவடிக்கைகள் எதிர்விளைவுகளுக்கு இட்டுச்சென்று பிரச்சினையை மோசமாக்குமென்பதை உணர்ந்துகொள்வதற்கு வேறென்ன சான்று தேவை?

1984ஆம் ஆண்டு தில்லியில் மூவாயிரம் சீக்கியரின் படுகொலை, 1993ஆம் ஆண்டு மும்பையிலும், 2002ஆம் ஆண்டு குஜராத்திலும் முஸ்லிம்களின் படுகொலை, (இன்றுவரை எவரும் குற்றஞ்சாட்டப்படவில்லை), ஒருசில ஆண்டுகளுக்கு முன்னர் ஜவஹர்லால் நேரு பல்கலைக்கழக மாணவர் சங்கத்தின் முன்னாள் தலைவர் சந்திரசேகர் பிரசாத்தின் கொலை, பன்னிரண்டு ஆண்டுகளுக்கு முன்னர் சத்திஸ்கர் முக்தி மோர்ச்சத்தைச் சேர்ந்த சங்கர் குஹா நியோகியின் கொலை... இவை ஒருசில எடுத்துக்காட்டுகள் மட்டுமே. சான்றுகளுடன் கூடிய மேற்படி நிகழ்வுகளை ஆராய்ந்து விசாரணைக்கு உட்படுத்துவதில் வெளிப்படையாகவே புலப்படும் தயக்கம் ஒருபுறம். மக்களை அடக்கியொடுக்கி அழித்தொழிக்க விழையும் கேவலம் மறுபுறம். அரச கட்டமைப்பு முழுவதும் உங்களை எதிர்த்து நிலைகொள்ளும்போது, கண்கண்ட சாட்சிகளின் கூற்றுகளும் குற்றத்தை நிரூபிக்கும் சான்றுகளும் துணைநிற்பதில்லை.

அருந்ததி ராய்

இதனிடையே, கார்ப்பரேட் நிறுவனச் செய்தித்தாள்களின் பக்கங்களில் பொருளியலாளர்கள் மொத்த தேசிய உற்பத்தி என்றுமில்லாதவாறு வியத்தகு வளர்ச்சி கண்டுள்ளது என்று குதூகலத்துடன் நம்மிடம் தெரிவிக்கிறார்கள். கடைகளில் நுகர்வுப் பொருட்கள் நிரம்பி வழிகின்றன. அரசப் பண்ட சாலைகளில் உணவுத் தானியங்கள் நிரம்பி வழிகின்றன. அத்தகைய சூழ்நிலையிலேயே விவசாயிகள் கடனில் மூழ்கி, நூற்றுக்கணக்கில் தற்கொலை செய்துகொள்கிறார்கள். பட்டினி, ஊட்டக்குறைவு பற்றிய செய்திகள் நாடெங்கிலுமிருந்து வந்த வண்ணம் உள்ளன. எனினும் அரசாங்கம் ஆறு கோடியே முப்பது லட்சம் டன் தானியத்தைக் களஞ்சியங்களிலேயே கெட்டுப் போக விட்டது. ஒரு கோடியே இருபது லட்சம் டன் ஏற்றுமதி செய்யப்பட்டு, மானிய விலைக்கு விற்கப்பட்டது. ஏழை இந்தியர்களுக்கு மானிய விலை கொடுக்க இந்திய அரசாங்கம் முன்வரவில்லை. நாடறிந்த வேளாண்மைப் பொருளியலாளர் உத்சா பட்நாயக் அதிகாரபூர்வமான புள்ளி விவரங்களின் அடிப்படையில் ஏறத்தாழ ஒரு நூற்றாண்டாக இந்தியாவில் கிடைக்கப்பெற்ற உணவுத் தானியங்களையும் உண்ணப்பெற்ற உணவுத் தானியங்களையும் கணித்துள்ளார். 1990களின் தொடக்கத்துக்கும் 2001க்கும் இடைப்பட்ட காலத்தில் உணவுத்தானிய நுகர்வு தாழ்ந்துவிட்டதாக, அதாவது முப்பது லட்சம் மக்களின் பட்டினிச் சாவுக்கு இட்டுச்சென்ற வங்காளப் பஞ்சகால மட்டம் உட்பட இரண்டாம் உலகப் போர்க்கால மட்டத்துக்கும் கீழே தாழ்ந்துவிட்டதாக அவர் கணித்துள்ளார். பட்டினிச் சாவுகளை ஜனநாயக நாடுகள் விரும்புவதில்லை என்று பேராசிரியர் அமர்த்தியா சென் ஆராய்ந்து எழுதியதை நாம் அறிவோம். பட்டினிச் சாவுகள் ‘சுதந்திர ஊடகங்க’ளின் கவனத்தை அளவுக்கு அதிகமாக ஈர்த்துவிடும் அல்லவா!

எனவே, ஊட்டக்குறைவை அபாயகரமான மட்டத்திலும், பசியை நிரந்தர மட்டத்திலும் வைத்துப் பேணுவதே இந்நாட்களில் அதிகம் விரும்பப்படும் முறை ஆகும். மூன்று வயதுக்கு உட்பட்ட இந்தியச் சிறுவர்களுள் நாற்பத்தேழு விழுக்காட்டினர் ஊட்டக்குறைவால் வருந்துகின்றனர். நாற்பத்தாறு விழுக்காட்டினர் மனவளர்ச்சி குன்றியோர். ஆப்பிரிக்கக் கண்டத்தில் சகாரா பாலைவனத்துக்குத் தெற்கேயுள்ள நாடுகளில் உட்கொள்ளப்படும் அதேயளவு உணவு தானியங்களையே இந்திய கிராமவாசிகளுள் ஏறத்தாழ நாற்பது விழுக்காட்டினர் உட்கொள்கிறார்களென்பது உத்சா பட்நாயக்கின் ஆய்விலிருந்து தெரிகிறது. சராசரி கிராமியக் குடும்பம் ஒன்று 1990களின் தொடக்கத்தில் உட்கொண்டதைவிட ஏறக்குறைய நூறு கிலோ கிராம் குறைந்த உணவையே இன்று உட்கொள்கிறது.

எனினும் இந்திய நகர்ப்புறங்களில் – கடைகள், உணவகங்கள், ரயில் நிலையங்கள், விமான நிலையங்கள், உடற்பயிற்சி நிலையங்கள், மருத்துவமனைகள் – நீங்கள் எங்குச் சென்றாலும் தொலைக்காட்சித் திரைகளை எதிர்கொள்வீர்கள். அந்த வகையில் தேர்தல் வாக்குறுதிகள் ஏற்கெனவே நிறைவேற்றப் பட்டுவிட்டன! இந்தியா ஒளிவீசுகிறது, இதம் பேசுகிறது. இனி காவல்துறை யாரோ ஒருவரின் விலா எலும்புகளை உதைத்து நொறுக்குவது கேட்டு நீங்கள் அருவருப்புக்கு உள்ளாகும்போது நீங்கள் காதைப் பொத்தியபடி, அழுக்கையும் சேரிகளையும் தெருக்களில் கந்தை அணிந்து திரியும் நலிந்த மக்களையும் தவிர்ப்பதற்கு, உங்கள் விழிகளை உயர்த்தி, நேயம்கொண்ட ஒரு தொலைக்காட்சித் திரையை நீங்கள் நாடவேண்டியது தான்; நீங்கள் அந்த அழகிய உலகத்துள் நுழைவீர்கள். என்றென்றும் இடுப்பை வளைத்து ஆடிப்பாடும் பாலிவூட் உலகத்துள் நுழைவீர்கள். என்றென்றும் இன்புற்று வாழும் இந்தியர்கள் மூவண்ணக் கொடி அசைத்து, இன்புற்று, இதம் பெற்று வாழும் உலகத்துள் நுழைவீர்கள். எது மெய்யுலகம், எது போலி உலகம் என்று சொல்வதே வரவரக் கடினமாகி வருகிறது. 'பொடா' போன்ற சட்டங்கள் ஒரு தொலைக்காட்சிப் பெட்டியின் குமிழ்கள் போலாகிவிட்டன. அதைக் கொண்டு ஏழைகளையும் தொந்தரவு செய்வோரையும் வேண்டப்படாதவர்களையும் தவிர்த்துக் கொள்ளலாம்.

○

இந்தியாவில் ஒரு புதுவகையான பிரிவினை இயக்கம் ஓங்கிவருகிறது. அதை நாம் 'புதிய பிரிவினை இயக்கம்' என்று குறிப்பிடுவோமா? இது பழைய பிரிவினை இயக்கத்தின் தலைகீழ் வடிவம். உண்மையில் முற்றிலும் வேறுபட்ட ஒரு பொருளாதாரத்தின், முற்றிலும் வேறுபட்ட ஒரு நாட்டின், முற்றிலும் வேறுபட்ட ஒரு கிரகத்தின் அங்கமாய் இருப்பவர்கள், இந்த நாட்டின் அங்கமாய் இருப்பதாகச் செய்யும் பாசாங்கே புதிய பிரிவினை இயக்கம். ஒப்பீட்டளவில் சிறு பிரிவினர், பெரும்பான்மையான மக்களிடமிருந்து நிலம், ஆறுகள், நீர், சுதந்திரம், பாதுகாப்பு, கண்ணியம், எதிர்ப்புத் தெரிவிக்கும் உரிமை உட்பட அடிப்படை உரிமைகள் அனைத்தையும் கவர்ந்து மாபெரும் செல்வந்தர்களாய் மாறும் பிரிவினை இது. இது நிலத்தைப் பிரிக்கும் கிடைமட்டான பிரிவினை அல்ல. இது செங்குத்தானப் பிரிவினை. இந்தியாவிலிருந்து ஒளிவீசும் இந்தியாவைப் பிரிக்கும் உண்மையான கட்டமைப்பு மாற்றம். இந்தியப் பொதுத்துறை நிறுவனங்களிலிருந்து, இந்தியத் தனியார் நிறுவனங்களைப் பிரிப்பதற்கான மாற்றம்.

பொது அடிப்படைக் கட்டமைப்பு, பொது உற்பத்தி வளங்கள், நீர், மின்சாரம், போக்குவரத்துச் சேவைகள், தொலைத் தொடர்புச் சேவைகள், சுகாதாரச் சேவைகள், கல்வி, இயற்கை வளங்கள், இந்திய அரசு எந்த மக்களின் பிரதிநிதியாக விளங்கு கிறதோ அந்த மக்களின் பேரில் அது கட்டிக்காப்பதாகக் கொள்ளப்படும் சொத்துக்கள், பல பத்தாண்டுகளாகப் பொது நிதியைப் பயன்படுத்திப் பெருக்கிப் பேணப்பட்ட சொத்துக் கள் அனைத்தையும் இந்திய அரசு தனியார் குழுமங்களுக்கு விற்பதில் புலப்படும் பிரிவினை இது. இந்தியாவில் எழுபது விழுக்காட்டு மக்கள் – எழுபது கோடி மக்கள் – கிராமப்புறங் களில் வசிக்கிறார்கள். அவர்களுடைய வாழ்வு இயற்கை வளங்களைச் சார்ந்துள்ளது. இயற்கை வளங்களைப் பறித்துத் தனியார் நிறுவனங்களுக்கு விற்பதன் விளைவாக மிகவும் கொடூரமான முறையில் அவர்கள் உடைமை இழப்புக்கு ஆளாவதுடன் ஏழ்மையான நிலைக்கும் தள்ளப்படுகிறார்கள்.

இந்தியத் தனியார் நிறுவனம் என்பது ஒருசில குழும நிறுவனங்களுக்கும் பெரிய பன்னாட்டு நிறுவனங்களுக்கும் சொந்தமாகும் நிலைமை உருவாகிவருகிறது. இந்நிறுவனங் களின் தலைமை நிர்வாக அதிகாரிகளே இந்த நாட்டையும் இதன் அடிப்படைக் கட்டமைப்பையும் வளங்களையும் ஊடகங் களையும் ஊடகத் துறையினரையும் கட்டியாள்வார்கள். இந்த நாட்டு மக்களுக்கு அவர்கள் கடமைப்பட்டவர்கள் அல்லர். சட்டநெறி, சமூகநெறி, அறநெறி, அரசியல் நெறிக்கு உட்பட்ட பொறுப்பும் கடப்பாடும் அவர்களுக்கு அறவே கிடையாது. இந்தியாவில் இத்தகைய தலைமை நிர்வாக அதிகாரிகளுள் ஒருசிலர் பிரதம மந்திரியைவிட அதிகாரம் மிகுந்தவர்களென்று விஷயமறிந்தவர்கள் திட்டவட்டமாகக் கூறுகிறார்கள்.

இவை அனைத்தும் ஏற்படுத்தும் பொருளாதார விளைவுகள் அற்புதமானவை, திட்பமானவை, வியக்கத்தக்கவை என்று பீற்றிக்கொள்வது ஒருபுறம் இருக்க (அவை அத்தகையவை அல்ல), இதன் அரசியல் நாம் ஏற்கத்தக்கதாக உள்ளதா? இந்திய அரசு அதன் பொறுப்புகளை ஒருசில குழும நிறுவனங்களிடம் அடகுவைக்க விரும்புவதால் தேர்தலின் அடிப்படையில் அமை யும் நாடாளுமன்றம் முற்றிலும் அர்த்தமற்றதாகுமா? அல்லது அத்தகைய ஜனநாயகத்திற்கு இன்னும் இடம் இருக்கிறதா?

‘சுதந்திரச் சந்தை’க்கு (உண்மையில் அது சுதந்திரமான தல்ல) அரசு தேவைப்படுகிறது. பெரிதும் தேவைப்படுகிறது. வறிய நாடுகளில் செல்வந்தர்களுக்கும் வறியவர்களுக்கும்

இடையே ஏற்றத்தாழ்வு அதிகரிக்குந்தோறும், அரசுகள் ஆற்ற வேண்டிய பணி அவற்றுக்கு வகுத்துக் கொடுக்கப்படுகிறது. வளரும் நாடுகளில் மாபெரும் லாபம் தரும் 'இனிய பேரங்களை'த் தேடித்திரியும் குழும நிறுவனங்கள் அரச கட்டமைப்பின் தீவிர உடந்தையின்றி அத்தகையப் பேரங்களை நிறைவேற்றி, அவற்றுக்குரிய திட்டங்களை மேற்கொள்ள முடியாது. இன்று குழும நிறுவனங்கள் உலகளாவிப் பரந்து, வறிய நாடுகளில் நிலைகொண்டுவருகின்றன. அதற்காக அங்கெல்லாம் மக்கள் விரும்பாத மாற்றங்களைப் புகுத்தவும் கலகங்களை அடக்கவும் வேண்டியுள்ளது. அதற்கெல்லாம் பற்றுறுதி வாய்ந்த, ஊழலில் தோய்ந்த ஏதேச்சாதிகார அரசுகளின் உலகளாவியக் கூட்டிணைப்பு முறைமை தேவைப்படுகிறது. இது 'முதலீட்டுக்கு உகந்த சூழ்நிலையைத் தோற்றுவித்தல்' எனப்படுகிறது.

நாம் வாக்களிக்கும்போது அரசின் அடக்கி ஒடுக்கும் அதிகாரங்களைக் கையாள ஓர் அரசியல் கட்சியைத் தெரிவு செய்கிறோம்.

தற்போது இந்தியாவில் நவீன – தாராளமய முதலாளித்துவமும் வகுப்புவாத நவீன – பாசிசமும் கீழறுக்கும் ஆபத்தை நாம் கடக்க வேண்டியுள்ளது. இந்தியாவில் முதலாளித்துவம் என்னும் சொல் இன்னும் அதன் பளபளப்பை முற்றிலும் இழக்கவில்லை. அதேவேளை பாசிசம் என்னும் சொல்லை எடுத்தாளும்போது, அது மனத்தாங்கலை ஏற்படுத்துகிறது. எனவே நம்மை நாமே வினவவேண்டும்: அந்தச் சொல்லை நாம் நெகிழ்த்திப் பயன்படுத்துகிறோமா? நம் நிலவரத்தை நாம் மிகைப்படுத்துகிறோமா? நாம் அன்றாடம் எதிர்கொள்வது பாசிசம் ஆகுமா?

இரண்டாயிரத்துக்கு மேற்பட்ட மக்கள் மிருகத்தனமான முறையில் கொல்லப்படும் வண்ணம் ஒரு சிறுபான்மைச் சமூகத்து மக்களுக்கு எதிராகத் திட்டமிட்டப் படுகொலையை ஓர் அரசாங்கம் ஏறக்குறைய வெளிப்படையாக ஆதரிப்பது பாசிசம் ஆகுமா? அந்தச் சமூகத்துப் பெண்கள் பகிரங்கமாக வன்புணர்ச்சிக்கு உள்ளாக்கப்பட்டு, உயிருடன் எரிக்கப்படுவது பாசிசம் ஆகுமா? அக்குற்றங்களுக்காக எவரும் தண்டிக்கப் படாதவண்ணம் அதிகாரிகள் தம்மிடையே ஒத்துழைப்பது பாசிசம் ஆகுமா? ஒரு லட்சத்து ஐம்பதாயிரம் மக்கள் தமது வீடுகளிலிருந்து விரட்டப்பட்டு, சேரிகளில் ஒதுக்கப்பட்டு, பொருளாதார – சமூகரீதியாகப் புறக்கணிக்கப்படுவது பாசிசம் ஆகுமா? நாடு முழுவதும் வெறுப்பு முகாம்களை நடத்தும் பண்பாட்டுக் குழுமத்தை, நாட்டின் பிரதமர், உள்துறை

அமைச்சர், சட்ட அமைச்சர், நிதியமைச்சர் முதலியோர் போற்றுவது பாசிசம் ஆகுமா? எதிர்ப்புத் தெரிவிக்கும் ஓவியர்கள், எழுத்தாளர்கள், கல்வியாளர்கள், திரைப்படத் தயாரிப்பாளர்கள் துன்புறுத்தப்படுவதும் அச்சுறுத்தப்படுவதும் அவர்களுடைய படைப்புகள் எரிக்கப்படுவதும் தடைசெய்யப்படுவதும் அழிக்கப் படுவதும் பாசிசம் ஆகுமா? வரலாற்றுப் பாடநூல்களில் மாற்றம் செய்யப்பட வேண்டுமென்று அரசாங்கம் தான்தோன்றித் தனமாக ஆணை பிறப்பிப்பது பாசிசம் ஆகுமா? கும்பல்கள் தொல்வரலாற்றுச் சுவடிக் கூடங்களைத் தாக்கி எரிப்பது பாசிசம் ஆகுமா? குட்டி அரசியல்வாதிகள் அனைவரும் துறைபோன மத்தியகால வரலாற்றறிஞர் போல், தொல்பொருளியலாளர் போல், மாறுவேடமிடுவது பாசிசம் ஆகுமா? பிரயாசைப்பட்டு கற்றுத் தேர்ந்த அறிவை, அடிப்படையற்ற மக்கள்திரளின் வலியுறுத்தல்களால் நிராகரிப்பது பாசிசம் ஆகுமா? நூற்றாண்டு களுக்கு முன்னர் இழைக்கப்பட்ட உண்மையான அல்லது உணரப்படும் வரலாற்றுத் தவறுக்குக் கொலையும் வன்புணர்ச்சி யும் தீவைப்பும் அராஜகமுமே ஏற்ற பதில்வினை என்று கூறி ஆளுங்கட்சியும் அதன் நிலைய வித்வான்களான அறிவுஜீவி களும் மன்னித்துவிடுவது பாசிசம் ஆகுமா? நடுத்தர வகுப்பின ரும் செல்வந்தர்களும் ஒருகணம் நின்று, அங்கலாய்த்துவிட்டு, தமது வாழ்க்கையைத் தொடர்வது பாசிசம் ஆகுமா? இவை அனைத்துக்கும் தலைமை வகிக்கும் பிரதமரை ஓர் அரசியல் ஞானி என்றும் தொலைநோக்குப் பார்வை கொண்டவர் என்றும் கொண்டாடும்போது முற்றுமுழுதான பாசிசத்துக்கு நாம் அடிக்கல் நாட்டவில்லையா?

அடக்கி ஒடுக்கப்பட்ட மக்களின் வரலாறு பெரிதும் ஆவணப்படுத்தப்படவில்லை என்பது வெள்ளிடை மலை. இது சவர்ண இந்துக்களுக்கு மட்டும் பொருந்துவதல்ல. வரலாற்றுத் தவறுகளுக்குப் பழிவாங்கும் அரசியலே நாம் தேர்ந்தெடுக்கும் பாதை என்றால் கொலையிலும் தீவைப்பிலும் தறிகெட்ட அழித்தொழிப்பதிலும் ஈடுபடும் உரிமை தலித்து களுக்கும் ஆதிவாசிகளுக்கும் உண்டல்லவா?

இறந்தகாலத்தை முன் நிர்ணயம் செய்துவிட முடியா தென்று ரஷ்யர்கள் கூறுவார்கள். அண்மையில் வரலாற்றுப் பாடநூல்கள் தொடர்பாக நமக்கு ஏற்பட்ட அனுபவம், அது எத்துணை உண்மை என்பதை உணர்த்துகிறது. பாபர் மசூதி யின் கீழ் தோண்டிக்கொண்டிருக்கும் தொல்பொருளியலாளர் கள் ராமர் கோயிலின் சிதைவுகளைக் கண்டறியமாட்டார்கள் என்று நம்பும் நிலைமைக்கு 'போலி – மதச்சார்பற்றோர்' இன்று

தள்ளப்பட்டுவிட்டார்கள். இந்தியாவில் இருக்கும் ஒவ்வொரு மசூதியின் கீழும் ஓர் இந்துக் கோயில் உண்டு என்பதை உண்மை என்று கொண்டாலும் கூட, அந்தக் கோயிலின் கீழே என்ன இருந்தது? ஒருவேளை இன்னொரு கடவுளுக்கான இன்னொரு இந்துக் கோயில் இருந்திருக்கலாம். ஒருவேளை பௌத்த ஸ்தூபி ஒன்று இருந்திருக்கலாம். அநேகமாக ஆதிவாசிகளின் கோயில் ஒன்று இருந்திருக்கலாம். வரலாறு சவர்ண இந்துமதத்துடன் ஆரம்பிக்கவில்லை, அல்லவா? நாம் எவ்வளவு ஆழத்துக்கு தோண்டப்போகிறோம்? நாம் எவ்வளவு தூரம் புரட்டிப்போட வேண்டும்? சமூக, பண்பாட்டு, பொருளாதார ரீதியாக இந்தியாவின் நீக்க முடியாத அங்கமாய் விளங்கும் முஸ்லிம்கள் அனைவரும் வெளியாட்களென்றும் படையெடுப்பாளர்களென்றும் குறிப்பிடப்படுகையில், நம்மை நூற்றாண்டுகளாகக் கட்டியாண்ட ஓர் அரசுடன் வளர்ச்சிக்கான நிதி நாடி குழும நிறுவனப் பேரங்களிலும் ஒப்பந்தங்களிலும் ஒப்பமிடுவதில் இந்திய அரசு மும்முரமாக ஈடுபடுவது ஏன்? 1876க்கும் 1902க்கும் இடையே இந்தியர்கள் லட்சக்கணக்கானோர் பட்டினி கிடந்து இறந்தபோது, பிரிட்டிஷ் அரசாங்கம் உணவுப்பொருட்களையும் மூலப் பொருட்களையும் தொடர்ந்து இங்கிலாந்துக்கு ஏற்றுமதி செய்துவந்தது. வரலாற்றுப் பதிவேடுகளின்படி ஒரு கோடியே இருபத்து இரண்டு லட்சம் முதல் இரண்டு கோடியே தொண்ணூற்று மூன்று லட்சம் வரையான மக்கள் இறந்தார்கள். அது பழிவாங்கும் அரசியலில் எங்கே யாவது இடம்பெற வேண்டும், அல்லவா? அல்லது நலிந்தவர்கள் மீதும், எளிதில் இலக்காவோர் மீதும் வஞ்சம் தீர்ப்பது தான் குதூகலமானதோ?

பாசிசம் வெல்வதற்குக் கடும் உழைப்பு தேவை. 'முதலீட்டுக்கு நலம்பயக்கும் சூழ்நிலையைத் தோற்றுவிப்பதற்கும்' கடும் உழைப்பு தேவை. அவை இரண்டும் நன்கு கூடி உறவாடுபவையா? பாசிசவாதிகளைக் குழும நிறுவனங்கள் தவிர்த்ததாக வரலாறு கிடையாது. Siemens, I.G.Farben, Bayer, IBM, Ford போன்றவை நாசிகளுடன் வியாபாரம்செய்த குழும நிறுவனங்கள். 2002ஆம் ஆண்டில் இடம்பெற்ற திட்டமிட்ட படுகொலையின் பின்னர் சி.ஐ.ஐ. எனப்படும் நம் குழும நிறுவனங்களின் கூட்டமைப்பு குஜராத் அரசாங்கத்துக்கு அடிபணிந்தமை அண்மைக்கால எடுத்துக்காட்டு. நமது சந்தைகள் கட்டுப்பாடுகளுக்கு உட்படாதவரை உள்நாட்டில் உருவான பாசிசம் எதுவும் மேற்படி நலம்பயக்கும் வியாபாரப் பேரம் எதிலும் குறுக்கிடப்போவதில்லை.

அன்று நிதி அமைச்சராக விளங்கிய மன்மோகன் சிங் இந்தியச் சந்தைகளை நவீன – தாராளமயத்துக்குத் தயார்படுத்தி வந்த அதேவேளை எல்.கே. அத்வானி நம்மை நவீன – பாசிசத்துக்குத் தயார்படுத்தும் வண்ணம் தனது முதலாம் ரத யாத்திரையை மேற்கொண்டு வகுப்புவாத உணர்ச்சியைத் தூண்டி வந்தார். 1992 டிசம்பர் மாதம் தறிகெட்ட கும்பல்கள் பாபர் மசூதியைத் தகர்த்தெறிந்தன. 1993ஆம் ஆண்டு மஹராஷ்டிரா மாநிலக் காங்கிரஸ் அரசு என்ரான் குழும நிறுவனத்துடன் மின்சாரம் கொள்முதல் உடன்படிக்கை ஒன்றில் ஒப்பமிட்டது. இதுவே இந்தியாவின் முதலாம் தனியார் மின்சாரத் திட்டம். பெரும் நாசத்தில் முடிந்த என்ரான் ஒப்பந்தமே இந்தியாவைத் தனியார்மயமாக்கக் காலத்திற்குள் தள்ளியது. இன்று காங்கிரஸ் ஒதுங்கி நின்று சிணுங்க, அதன் கைகளிலிருந்த தடியை பா.ஜ.க. தட்டிப்பறித்துவிட்டது. இப்போது ஓர் அசாதாரண இரட்டைக் கச்சேரியை அரசாங்கம் நடத்திக்கொண்டிருக்கிறது. ஒருபுறம் நாட்டின் சொத்துகளைத் துண்டுதுண்டாகவும் மும்முரமாகவும் அது விற்றுக்கொண் டிருக்கிறது. மறுபுறம், மக்கள் கவனத்தைத் திசைதிருப்புவதற்காக, பண்பாட்டுத் தேசியவாதக் குரைப்பும் ஊளையும் கலந்த பைத்தியப் பல்லவியைப் பாடுகிறது. ஒருபுறத்தில் ஓங்கும் தீராத கொடுமை மறுபுறத்தை நேரடியாக ஊட்டி வளர்க்கிறது.

இந்த இரட்டைக் கச்சேரி பொருளாதார ரீதியாகவும் பயனளிக்கும் மாதிரியாகிறது. பாகுபாடற்ற தனியார்மயமாக்க நடைமுறையால் ஈட்டப்படும் இலாபம் (அத்துடன் ‘இந்தியா ஒளிமயமாகிறது’ மூலம் ஈட்டப்படும் ஆதாயம்) பெருமளவு இந்துத்துவச் சேனையின் நிதிவளமாக மாறுகிறது – ஆர்.எஸ்.எஸ்., வி.எச்.பி., பஜ்ரங் தள் ஆகியவற்றுக்கும் (பள்ளிக்கூடங்கள், மருத்துவமனைகள், சமூக சேவை நிலையங்களை நடத்தும்) எண்ணிலடங்காத ஈகை அமைப்புகளுக்கும் அறக்கட்டளை களுக்கும் அது நிதிவளமாகிறது. அவற்றுக்கு நாடு முழுவதும் பல்லாயிரக்கணக்கான கிளைகள் உண்டு. அவை விரோதத் தையே புகட்டி வருகின்றன. உலக மயமாக்கும் கார்ப்பொரேட் திட்டங்களால் ஓங்கும் வறுமை கொடியது. உடைமை இழப்பு கொடியது. அதன் விளைவு: கட்டுப்படுத்த முடியாத விரக்தி. இந்த விரோதமும் விரக்தியும் ஒருசேர ஏழைகளை ஏழைகள்மீது வன்முறை புரிய ஏவுகின்றன – எத்துணை நேர்த்தியான திரை மறைவு! அதிகாரக் கட்டமைப்புகள்மீது எவரும் கை வைக்காத வாறு பார்ப்பதற்கும் அவற்றை எவரும் தட்டிக் கேட்காதவாறு பார்ப்பதற்கும் முற்றிலும் நேர்த்தியான திரைமறைவு அது.

எனினும், 'முதலீட்டுக்கு உகந்த சூழ்நிலையைத் தோற்று விப்பதற்கு,' மக்களின் விரக்தியை வன்முறைக்குள் செலுத்தி விடுவது மட்டும் போதாது. அடிக்கடி நேரடியாகவும் அரசு தலையிட வேண்டியுள்ளது. கடந்த சில ஆண்டுகளாக அமைதி யான ஆர்ப்பாட்டங்களின்போது நிராயுதபாணிகளான மக்கள் மீது, குறிப்பாக ஆதிவாசிகள்மீது, காவல்துறையினர் திரும்பத் திரும்ப துப்பாக்கிப் பிரயோகம் மேற்கொண்டனர்: நகர்னா (ஜார்கந்த்); மேந்தி கேதா (மத்தியப் பிரதேசம்); உமர்கவோன் (குஜராத்); ரஹ்கதா, சிலிகா (ஒரிசா); முயதங்கா (கேரளா) என்பன அதற்கு எடுத்துக்காட்டுகள். காட்டுநிலங்களுள் அத்து மீறி நுழையும்போதும்; அணைகள், சுரங்க அகழ்வுகள், உருக்காலைகள் என்பனவற்றிலிருந்து காட்டுநிலத்தைப் பாதுகாக்க முயலும்போதும் மக்கள் கொல்லப்படுகிறார்கள். ஒடுக்குமுறை தொடர்கிறது: ஜம்புத்வீவ் தீவு (வங்காளம்); மைக்கஞ் கிராமம் (ஒரிசா) என்பன அதற்கு எடுத்துக்காட்டு கள். அநேகமாக, காவல்துறையினர் துப்பாக்கியால் சுடும் ஒவ்வொரு முறையும் சுடப்படுபவர்களுக்கு உடனடியாகவே வன்முறையாளர்களென்று முத்திரை குத்தப்படுகிறது.

○

இரையாக மறுப்பவர்களைப் பயங்கரவாதிகள் என்கிறார் கள்; பயங்கரவாதிகளாகவே நடத்துகிறார்கள். மாற்றுக்கருத்து என்னும் நோய்க்கான நிவாரணி: 'பொடா' சட்டம். அத்துடன் பிற திட்டவட்டமான நடவடிக்கைகளும் மேற்கொள்ளப்பட்டு வருகின்றன – நீதிமன்றத் தீர்ப்புகளின் மூலம் பேச்சுச் சுதந்திரம், வேலைநிறுத்த உரிமை, வாழ்வுரிமை, உழைப்புரிமை என்பன முடக்கப்பட்டுள்ளன.

பயங்கரவாதத்துக்கு எதிரான இந்தக் காலத்தில் மனித உரிமைகளைப் பாதுகாக்கக் கோரி நூற்று எண்பத்தொரு நாடுகள் ஐக்கிய நாடுகள் அவையில் இந்த ஆண்டு வாக்களித் துள்ளன. அமெரிக்காகூட அத்தீர்மானத்துக்கு ஆதரவாக வாக்களித்தது. இந்தியாவோ வாக்களிப்பதைத் தவிர்த்துக் கொண்டது. இங்கு மனித உரிமைகள் மீது முற்றுமுழுதான தாக்குதல் தொடுப்பதற்கான களம் அமைக்கப்பட்டு வருகிறது.

அப்படி என்றால், மேன்மேலும் வன்முறையை விரும்பும் ஓர் அரசைச் சாதாரண மக்களால் எப்படி எதிர்க்க முடியும்?

குடிமக்கள் அகிம்சை நெறிநின்று ஒத்துழையாமை இயக்கம் நடத்தும் வாய்ப்பு அருகிவிட்டது. அகிம்சை நெறிநின்று எதிர்ப்புத்

தெரிவிக்கும் மக்கள் இயக்கங்கள் பலவும் சுவரில் மோதி நிற்கின்றன. தமது திசையை மாற்ற வேண்டுமென்று அவை எண்ணுவது மிகவும் சரியானதே. எனினும் அவை எத்திசையில் திரும்ப வேண்டுமென்பது பற்றி நெரெதிர்மாறான கருத்துகள் நிலவுகின்றன. இனி ஆயுதப் போராட்டமே எஞ்சிய வழி என்று சிலர் நம்புகிறார்கள். காஷ்மீரையும் வடகிழக்கு மாநிலங் களையும் தவிர்த்துப் பார்த்தால், ஜார்கண்ட், பீகார், சத்திஸ்கர், ஒடிசா, மத்தியப் பிரதேசம் ஆகியவற்றில் முழு மாவட்டங்கள் உள்ளடங்கிய மாபெரும் நிலப்பரப்பு அத்தகைய கருத்துடையவர் களின் கட்டுப்பாட்டில் இருக்கிறது. மற்றவர்களோ, தாங்கள் தேர்தல்வழி அரசியலில் பங்குபெற வேண்டும் – உள்ளுக்குள் புகுந்து, உள்ளுக்குள் இருந்துகொண்டே பேசித் தீர்க்க வேண்டு மென்று எண்ணத் தொடங்கியுள்ளார்கள். (இது காஷ்மீர் மக்கள் எதிர்கொள்ளும் தெரிவுகள் போன்றவை, அல்லவா?) அவர் களுடைய வழிமுறைகள் நேரெதிர்மாறானவை என்பதில் ஐய மில்லை. எனினும் அவர்களுடைய எண்ணம் ஒன்றே. அந்த எண்ணத்தைப் பேச்சுவழக்கில் 'போதும், நிறுத்துடா' எனலாம்.

இதைவிட மிகமுக்கியமான விவாதம் வேறெதுவும் இன்று இந்தியாவில் நிகழவில்லை. அதன் விளைவு நல்லதோ கெட்டதோ, இந்த நாட்டின் வாழ்க்கைப் போக்கை, நம் அனைவரதும் வாழ்க்கைப் போக்கை, செல்வந்தர்களதும் ஏழைகளதும் வாழ்க்கைப் போக்கை, கிராமப்புற, நகர்ப்புற வாழ்க்கைப் போக்கை அது மாற்றியமைக்கும்.

ஆயுதப் போராட்டம் பெருமளவில் அரச வன்முறையைப் பெருக்கும். காஷ்மீரிலும், வடகிழக்கு மாநிலங்களிலும் அது எத்தகையக் குழப்பத்திற்கு இட்டுச்சென்றுள்ளது என்பதை நாம் அறிவோம். அப்படி என்றால், நம் பிரதமர் தெரிவிக்கும் யோசனைப்படி நாம் செயற்பட வேண்டுமா? மாற்றுக்கருத்தை விடுத்து தேர்தல்வழியைத் தேர்ந்து அரசியல் அமளியில் ஈடுபட வேண்டுமா? தெருக்கூத்தில் பங்குபெற வேண்டுமா? முழுமை யான கருத்தொருமைப்பாட்டை மூடிமறைக்க மட்டுமே உதவும் வீண் இகழ்ச்சிகளுடன்கூடிய கூச்சல்களைப் பரிமாற வேண்டுமா? இங்கு அணுகுண்டுகள், பெரிய அணைகள், பாபர் மசூதி சர்ச்சை, தனியார்மயமாக்கம் உள்ளடங்கிய பெரிய பிரச்சினை ஒவ்வொன்றுக்கும் வித்திட்டது காங்கிரசே என்பதையும் பாய்ந்து வந்து கொடூர அறுவடை செய்தது பா.ஜ.க. என்பதையும் நாம் மறந்துவிடக் கூடாது.

அதன் கருத்து, நாடாளுமன்றம் முக்கியமல்ல, ஆகவே தேர்தல்களை நாம் புறக்கணிக்க வேண்டுமென்பதல்ல. பாசிசச்

காஷ்மீர்: சீற்றம் பொதிந்த பார்வை

சார்புடன் கூடிய வெளிப்படையான வகுப்புவாதக் கட்சிக்கும் சந்தர்ப்பவாத வகுப்புவாதக் கட்சிக்கும் இடையே வேறுபாடு இருக்கத்தான் செய்கிறது. வெளிப்படையாகவும் பெருமை யோடும் விரோதம் போதிக்கும் அரசியலுக்கும் கள்ளத்தனமாக மக்களை ஒருவருடன் ஒருவர் மோதவிடும் அரசியலுக்கும் இடையேயும் வேறுபாடு உள்ளது.

எனினும், ஒன்றின் கொடை மற்றதன் கொடூரத்துக்கு இட்டுச்சென்றுள்ளது. நாடாளுமன்ற ஜனநாயகம் வழங்கு வதாகக் கொள்ளப்படும் உண்மையான மாற்றுத்தெரிவு எதையுமே எஞ்சவிடாமல் அவை இரண்டும் அரித்துத் தின்று விட்டன. எவர் தேர்தலில் வென்றாலும் இருப்பு நிலை பெரிதும் மாற்றமின்றித் தொடரும் என்பதை அறிந்து அனைவரும் நிறைந்த மனத்துடன் இருப்பதால், தேர்தலை ஒட்டிய வெறியாட்டமும் அல்லோல கல்லோலமும்தான் ஊடகங்களில் சிறப்பிடம் பெறுகின்றன. (நாடாளுமன்றத்தில் உருக்கமாக உரையாற்றிய பிறகு, 'பொடா' சட்டத்தை நீக்கும் நோக்கத்துக்கு எந்தக் கட்சியின் தேர்தல் பிரச்சாரத்திலும் முதன்மை அளிக்கப்படுவ தாகத் தெரியவில்லை.) தேர்தல் வேளைகளில் அல்லது எதிர்க் கட்சி அணியில் நிலைகொள்ளும் வேளைகளில் அவை என்ன சொன்னாலும், மாநில அரசாங்கமோ மத்திய அரசாங்கமோ அரசியல் கட்சியோ – வலதுசாரிக் கட்சியோ இடதுசாரிக் கட்சியோ அணிசாராக் கட்சியோ அணிசாரும் கட்சியோ – நவீன–தாராளமையத்தைத் தடுத்துநிறுத்த முற்பட்டதில்லை. அதாவது, 'உள்ளே'யிருந்து தீவிர மாற்றம் எதுவும் தோன்றப் போவதில்லை.

என்னைப்பொறுத்தவரை, தேர்தல் போட்டிகளில் கலந்து கொள்வது மாற்று அரசியலுக்கு வழிவகுக்குமென்று நான் நம்பவில்லை. 'அரசியலை ஒரு சாக்கடையாகவும்', 'அரசியல் வாதிகளை ஊழல் பேர்வழிகளாகவும்' இனங்காணும் நடுத்தர வகுப்பினருக்கு ஏற்படும் அருவருப்பு அல்ல அதற்குக் காரணம். பலவீனமான நிலையை விடுத்து, பலமான நிலையில் இருந்து கொண்டு போர் தொடுப்பதே சிறந்ததென்று நான் நம்புகிறேன்.

நவீன – தாராளமயமும் வகுப்புவாதப் பாசிசமும் மேற் கொள்ளும் இரட்டைத் தாக்குதலுக்கு இலக்காவோர் வறிய சிறுபான்மைச் சமூகத்தினரே. வறியவர்களுக்கும் செல்வந்தர் களுக்கும் இடையே, இந்தியாவுக்கும் ஒளிவீசும் இந்தியாவுக்கும் இடையே பிளவு ஏற்படுத்துவதில் நவீன – தாராளமயம் ஈடுபடும் வரை, வறியவர்கள், செல்வந்தர்கள் ஆகிய இரு தரப்பினரதும் நலன்களை முன்வைப்பதாக மையநீரோட்ட அரசியல் கட்சிகள் பாவனைசெய்வது மேன்மேலும் அபத்தமாகிறது. ஏனெனில்,

ஒன்றின் நலன்களைத் தாரைவார்த்துக் கொடுத்தே மற்றதன் நலன்களை முன்வைக்க முடியும். ஓர் இந்தியச் செல்வந்தரின் நலன்கள், ஆந்திரப் பிரதேசத்து ஏழை விவசாயி ஒருவரின் நலன்களுடன் ஒன்றுபடாது.

வறியோரின் பிரதிநிதியாக விளங்கும் அரசியல் கட்சி எதுவும் வறிய கட்சியாகவே, நிதிவளம் நலிந்த கட்சியாகவே விளங்கும். இன்று நிதிவளமின்றித் தேர்தலில் போட்டியிட முடியாது. நாடறிந்த சமூக செயற்பாட்டாளர்கள் இருவரை நாடாளுமன்றத்தில் அமர்த்துவது கவனத்தை ஈர்க்கலாம். எனினும் உண்மையில் அதனால் அரசியல் – பயன் விளையப் போவதில்லை. நமது ஆற்றல் முழுவதையும் செலுத்துவதற்கு ஈடான பயன் அதில் கிடைக்கப் போவதில்லை. தனிமனிதர் செல்வாக்குகள் மூலமும் ஆளுமை அரசியல் வழியாகவும் தீவிர மாற்றம் ஏற்படுத்த முடியாது.

எனினும், ஏழ்மை வேறு, பலவீனம் வேறு. ஏழைகளின் பலம் உள்ளே இல்லை, வெளியே உண்டு. அலுவலகக் கதவு களையும் நீதிமன்றக் கதவுகளையும் திறந்து உள்ளே செல்வது ஏழைகளின் பலமாகாது. இந்த நாட்டின் வயல்கள், மலைகள், ஆற்றுப் பள்ளத்தாக்குகள், நகரத் தெருக்கள், பல்கலைக்கழக வளாகங்களிலேயே ஏழைகளுக்குப் பலம் உண்டு. அங்குதான் அவர்கள் பேச்சுவார்த்தை நடத்த வேண்டும். அங்கெல்லாம் அவர்கள் போர் தொடுக்க வேண்டும்.

தற்போது அவ்வெளிகள் அனைத்தும் இந்துத்துவ வலது சாரிகளிடம் கையளிக்கப்பட்டுவிட்டன. அவர்களுடைய அரசியல் பற்றி என்ன நினைத்தாலும் சரி, அவர்கள் களத்தில் நிலைகொண்டு, அரும்பாடுபட்டு வருகிறார்களென்பதை எவரும் மறுக்க முடியாது. அரசு அதன் பொறுப்புகளை உதறித்தள்ளி சுகாதாரச் சேவைக்கும் கல்விச் சேவைக்கும் அத்தியாவசியப் பொதுச் சேவைகளுக்குமான நிதியை விலக்கிக் கொள்ளும்போது சங் பரிவாரின் அடியாட்கள் அவ்விடத்தை ஆக்கிரமித்துக்கொள்கிறார்கள். கொடும் பிரச்சாரம் புரியும் பல்லாயிரக்கணக்கான தமது கிளைகளுடன் கூடி பள்ளிக் கூடங்கள், மருத்துவமனைகள், சிகிச்சையகங்கள், ஆம்புலன்ஸ் சேவை, பேரழிவு நிவாரண நிலையங்கள் போன்றவற்றை அவர்கள் நடத்திவருகிறார்கள். மக்களுக்கு, குறிப்பாக வலுவற்ற மக்களுக்குத் தேவைகள், ஆசைகள் உண்டு என்பதை, அன்றாட நடைமுறைத் தேவைகளோடு உணர்வுரீதியான, ஆன்மீகக் கேளிக்கைத் தேவைகளும் உண்டு என்பதை அவர்கள் புரிந்து வைத்திருக்கிறார்கள். அதற்காகக் கொடிய கடாரம் ஒன்றை

அவர்கள் உருவாக்கியிருக்கிறார்கள். அதற்குள் சீற்றம், விரக்தி, அன்றாட வாழ்வில் ஏற்படும் அவமானம் – வேறோர் எதிர் காலக் கனவுகள் – அனைத்தையும் கொட்டி, கொடிய நோக்கத் துக்கு இட்டுச்செல்ல முடிகிறது. மறுபுறம் மையநீரோட்ட மரபுவழிவந்த இடதுசாரிகள் இன்னும் 'அதிகாரத்தைக் கைப்பற்றும்' கனவுகண்டு வருகிறார்கள். ஆனால் அவர்கள் காலத்தைக் கருத்தில்கொள்ள விரும்பாமல், இறுக்கமாக இருப்பது விசித்திரமாய் இருக்கிறது. அதனால் தங்களைத் தாங்களே முடக்கிக்கொண்டு, பிறர் அணுகமுடியாத அறிவு ஜீவிவெளிக்குள் பின்தங்கிவிட்டார்கள். அங்கே சிலருக்கு மட்டுமே புரியும்படியான வழக்கொழிந்த மொழியில் பண்டைக் கால விவாதங்களை அவர்கள் மேற்கொள்கிறார்கள்.

தற்போதைய 'முன்னேற்ற'த்தால் ஏற்படும் உடைமை இழப்புக்கும் அடிப்படை உரிமை மீறலுக்கும் எதிராக நாடு முழுவதும் ஆங்காங்கே போராடும் அடிமட்ட எதிர்ப்பு இயக்கங்களில் மாத்திரமே சங் பரிவாரத்தை எதிர்கொள்ளும் தோற்றம் ஓரளவுக்குத் தென்படுகிறது. இவ்வியக்கங்களுள் பெரும்பாலானவை தனித்தனியாக இயங்குபவை. அவை 'வெளிநாட்டு நிதியுதவி பெறும் ஏஜெண்டுகள்' என்று ஓயாது குற்றஞ்சாட்டப்பட்டாலும், அநேகமாகச் சிறிது பணமோ வளமோ இன்றியே அவை இயங்கி வருகின்றன. உடனடி ஆபத்துக்கு எதிரான போராட்டத்தில் அவை தலைசிறந்தவை. அவற்றுக்குப் போராட அதிக வளம் இல்லை. எனினும், அடிமட்ட மக்களின் நாடித் துடிப்பை அறிந்தவை. அத்துடன், காத்திரமான உண்மையின் சுவை அறிந்தவை. அவை ஒன்று பட்டால், அவற்றை ஆதரித்து வலுப்படுத்தினால், ஏறெடுத்துப் பார்க்கும்படி மேலோங்க வல்லவை. அவர்கள் தொடுக்கும் போர், கெட்டியான சித்தாந்தத்தை விடுத்து, ஓர் லட்சிய நோக்குடன் நிகழ வேண்டியிருக்கும்.

அனைத்துமே சந்தர்ப்பவாதமாக ஓங்கிய காலத்தில், நம்பிக்கையே மங்கிய காலத்தில், எல்லாமே நயவஞ்சகமான வியாபாரப் பேரமாகக் குன்றிய காலத்தில் நாம் அசாத்தியக் கனவு காணத் துணிய வேண்டும். நமது கனவை நாம் நனவாக்க வேண்டும். நீதி, சுதந்திரம், கண்ணியம் என்பவற்றை நம்பும் அசாத்தியக் கனவை நாம் நனவாக்க வேண்டும். அனைவரின் நலனையும் கருதி நனவாக்க வேண்டும். நாம் ஒன்றுபட வேண்டும். அதற்கு, இப்பழம்பெரும் எந்திரம் இயங்கும் விதத்தை, அது யாருக்காக இயங்குகிறது, யாருக்கு எதிராக இயங்குகிறது, அதற்கு விலைகொடுப்பது யார், பயன் பெறுவது யார் என்பதை நாம் புரிந்துகொள்ள வேண்டும்.

நாடு முழுவதும் அகிம்சைவழியில் தனித்தனியாக, தனித் தனிப் பிரச்சினைகளுக்காகப் போராடும் எதிர்ப்பியக்க அரசிய லின் காலமும் இடமும மலையேறிவிட்டன என்பதையும் இனி அரசியலில் தனித்துவமிக்க ஆர்வம் மட்டும் போதாது என்பதையும் உணர்ந்துள்ளன. ஒரு தாக்கத்தை ஏற்படுத்த இயலாத முட்டுச்சந்தில் மாட்டிக்கொண்டுவிட்ட உணர்வு. அகிம்சைவழியில் எதிர்த்துப் போராடுவதைக் கைவிடுவதற்குப் போதிய காரணம் அல்ல. அதேவேளை சற்றுக் கடுமையான அகவிசாரணை மேற்கொள்வதற்கு அது போதிய நியாயம் சேர்க்கும். நமக்குத் தொலைநோக்கு தேவை. ஜனநாயகத்தை மீட்க விரும்புகிறோமென்று கூறும் நாம் நமது சொந்த நடைமுறைகளில் ஜனநாயகவாதிகளாகவும் சமத்துவவாதி களாகவும் இருக்க வேண்டும். நமது போராட்டம் லட்சியப் போராட்டமெனில் நாம் ஒருவருக்கொருவர் அல்லது குழந்தை கள் பெண்கள் மீது இழைக்கும் அநீதிகளைக் கவனிக்கத் தடையெதும் இருக்கக்கூடாது. எடுத்துக்காட்டாக, வகுப்பு வாதத்தை எதிர்த்துப் போராடுவோர் பொருளாதார அநீதி களைப் புறக்கணிக்க முடியாது. அணைகளுக்கோ முன்னேற்றத் திட்டங்களுக்கோ எதிராகப் போராடுவோர் தங்கள் செல்வாக்கு ஓங்கிய களங்களில் எல்லாம் – தங்கள் போராட்டத்தில் குறுங் கால வெற்றி வாய்ப்பை இழக்க நேர்ந்தாலும் – வகுப்புவாத அரசியலையோ சாதிய அரசியலையோ எதிர்க்காமல் இருந்து விட முடியாது. நாமும் நமது நம்பிக்கைகளை அடகுவைத்து விட்டு ஏதேனும் நன்மையளிக்கும் வழியையோ சந்தர்ப்ப வாதத்தையோ தேர்ந்தெடுத்தால், நமக்கும் மையநீரோட்ட அரசியல்வாதிகளுக்கும் இடையே எவ்வித வேறுபாடும் இல்லா மல் போய்விடும். நாம் நீதியைத்தான் நாடுகிறோமென்றால், அது சுயநல நாட்டங்களுடன் கூடிய சுயநலக் குழுமங்களுக்கு மட்டுமன்றி, அனைவருக்குமுரிய நீதியாகவும் சம உரிமை களாகவும் அமைய வேண்டும். இதில் பேதங்களுக்கு இட மில்லை. அகிம்சை வழி எதிர்ப்பியக்கத்தை குஷிப்படுத்தும் அரங்கமாக நலிவடைய அனுமதித்துவிட்டோம். அது இன்று ஊடக வெளிச்சத்தில் வெற்றிகரமாகிறது. வெற்றி குன்றும்போது புறக்கணிக்கப்படுகிறது.

எதிர்க்கும் வழிகளை நாம் உடனடியாகக் கண்டறிந்து, கலந்துரையாடி, அசலான சமர் தொடுத்து, உண்மையான பாதிப்பை ஏற்படுத்த வேண்டும். தண்டி யாத்திரை ஒரு நேர்த்தியான அரசியல் நாடகீயம் மட்டுமல்ல என்பதை நாம் நினைவில் நிறுத்த வேண்டும். அது பிரிட்டிஷ் பேரரசின் பொருளாதார அடிப்படையின் மீது விழுந்த சம்மட்டி அடி.

அரசியலின் பொருளை நாம் மீள்வரையறுக்க வேண்டி யுள்ளது. அரசு சாரா அமைப்புகளைச் சார்ந்து இருந்துகொண்டு குடிமைச் சமூக முயற்சிகளில் ஈடுபடுவது நம்மை நேரெதிரான திசையில் இட்டுச்செல்கிறது. அரசியலிலிருந்து நம்மை அது அப்புறப்படுத்துகிறது. நம்மைக் கொடையையும் கொடுப்பினையை யும் சார்ந்திருக்கச் செய்கிறது. ஒத்துழையாமை இயக்கமென்பதை நாம் மீண்டும் கற்பனைசெய்ய வேண்டியுள்ளது.

ஒருவேளை, மக்களவைக்கு வெளியே தேர்ந்தெடுக்கப்பட்ட நிழல் நாடாளுமன்றம் ஒன்று நமக்குத் தேவைப்படலாம். அதன் ஆதரவும் ஒப்புதலுமில்லாமல் நாடாளுமன்றம் எளிதாகச் செயல்படக்கூடாது. கீழ்மட்டத்தில் நிலைகொண்டு, இடை விடாது முரசுகொட்டுவதற்கும் (மையநீரோட்ட ஊடகங்களில் இடம்பெறும் செய்தியும் தகவலும் வரவரக் குறைந்துவருவதால்), செய்தியும் தகவலும் பகிர்வதற்கும் நிழல் நாடாளுமன்றம் ஒன்று நமக்குத் தேவைப்படுகிறது. நம்மை இரைகொள்ளும் இந்த யந்திரத்தின் உறுப்புகளை நாம் அச்சமின்றி, அகிம்சை வழியில் முடக்க வேண்டும்.

காலம் கடந்துகொண்டிருக்கிறது. நாம் பேசிக்கொண் டிருக்கும்போதே வன்முறை நம்மைச் சூழ்கிறது. எப்படியும், மாற்றம் வந்தே தீரும். அது அழகியதாகவும் இருக்கலாம். ரத்தக்களறியும் ஏற்படலாம். அது நமது கைகளில் தான் இருக்கிறது.

அலிகார் முஸ்லிம் யூனிவரிசிட்டியில் நிகழ்த்தப்பட்ட முதல் ஐ.ஜி. கான் நினைவுச் சொற்பொழிவின் முழு வடிவம். ஏப்ரல் 6, 2004இல் ஆற்றிய இவ்வுரை முதலில் இந்தியில் *இந்துஸ்தான் இதழில்* 23, 24 ஏப்ரல் 2004 அன்று வெளியானது. பின்னர் ஆங்கிலத்தில் *தி ஹிந்துவில்* ஏப்ரல் 25, 2004இல் வெளியானது.

'அவர் உயிரை அழிக்க வேண்டும்'
இந்திய நாடாளுமன்றம் மீதான தாக்குதலின் மிக விசித்திரமான கதை

நமக்குத் தெரிந்த விவரம் இவ்வளவுதான்: 2001 டிசம்பர் 13ஆம் தேதி; இந்திய நாடாளுமன்றத்தின் குளிர் காலக் கூட்டத்தொடர் நடைபெற்றுக்கொண்டிருந்த வேளை; (தேசிய ஜனநாயகக் கூட்டணி அரசாங்கம் இன்னுமொரு லஞ்ச ஊழல் பழிக்கு உள்ளாகிய சூழ்நிலை). புதுதில்லியில் உள்ள நாடாளுமன்ற இல்லம்; காலை 11:30 மணிக்கு ஆயுதம் ஏந்திய ஐவர், நாட்டு வெடிகுண்டு கள் பொருத்தப்பட்ட அம்பாசடர் காரில் நாடாளுமன்ற கட்டடத்தில் நுழைந்துகொண்டிருந்தார்கள் அவர்கள் மறிக்கப்பட்டபோது, காரிலிருந்து வெளியே குதித்துச் சுட்டார்கள். தொடர்ந்து நடந்த துப்பாக்கிச் சண்டையில், தாக்குதல் தொடுத்த அனைவரும் கொல்லப்பட்டார்கள். பாதுகாப்புப் படையினர் எட்டுப் பேரும் தோட்டப் பணியாளர் ஒருவரும் கொல்லப்பட்டார்கள். இறந்த பயங்கரவாதிகளிடம், நாடாளுமன்றக் கட்டடத்தைத் தகர்க்கப் போதிய வெடிகுண்டுகளும் முழுப் பட்டாளம் ஒன்றை எதிர்கொள்ளப் போதுமான வெடிமருந்துகளும் இருந்ததாகவும் காவல்துறையினர் தெரிவித்தனர். பெரும் பாலான பயங்கரவாதிகளைப் போலல்லாது, மேற்படி ஐந்துபேரும் உறுதியான சான்றுகளை விட்டுச் சென்றார் கள் – ஆயுதங்கள், செல்பேசிகள், தொலைபேசி எண்கள், அடையாள அட்டைகள், ஒளிப்படங்கள், உலர்பழ பாக்கெட்டுகள் மற்றும் ஒரு காதல் கடிதம்!

மூன்று மாதங்களுக்கு முன்னர், செப்டம்பர் 11ஆம் தேதி, அமெரிக்காவில் நிகழ்ந்த தாக்குதலுடன் அதை ஒப்பிடக் கிடைத்த வாய்ப்பைப் பிரதமர் ஏ.பி. வாஜ்பாயி பயன்படுத்திக் கொண்டார்.

நாடாளுமன்றம் மீதான தாக்குதல் நடந்ததற்கு அடுத்த நாள், 2001 டிசம்பர் 14ஆம் தேதி, தாக்குதல் சதியில் ஈடுபட்ட தாகச் சந்தேகிக்கப்பட்ட பலரைத் தாங்கள் கண்டுபிடித்து விட்டதாகத் தில்லிக் காவல்துறையின் சிறப்புப் பிரிவு அறிவித்தது. ஒரு நாள் கழித்து, டிசம்பர் 15ஆம் தேதி, 'துப்புத் துலக்கப்பட்டு விட்டதாக' அது அறிவித்தது: பாகிஸ்தானில் நிலைகொண்ட லஷ்கர்–இ–தொய்பா, ஜைஷ்–இ–முகமது ஆகிய பயங்கரவாத இயக்கங்கள் இரண்டும் சேர்ந்து மேற்கொண்ட கூட்டுத் தாக்கு தலே அது என்பது காவல்துறையின் அறிவிப்பு. தாக்குதல் சதியில் பங்கு பெற்றோர் என்று பன்னிருவரின் பெயர்கள் அறிவிக்கப்பட்டன: ஜைஷ் இயக்கத்தைச் சேர்ந்த காசி பாபா (வழக்கமான சந்தேக நபர் 1); அதே இயக்கத்தைச் சேர்ந்த மௌலானா மசூத் அஷார் (வழக்கமான சந்தேக நபர் 2); தாரிக் அகமது (ஒரு 'பாகிஸ்தானியர்'); இறந்த 'பாகிஸ்தானியப் பயங்கரவாதிகள்' ஐவரும் (அவர்கள் யார் என்பது இதுவரை நமக்குத் தெரியாது). அவர்களுடன் காஷ்மீர் ஆண்கள் மூவர்: எஸ்.ஏ.ஆர். கீலானி, சவுகத் உசேன் குரு, முகமது அப்சல், சவுகத்தின் மனைவி அஸ்வன் குரு. கைதுசெய்யப்பட்டோர் இவர்கள் நால்வருமே.

நாட்கணக்காகப் பதற்றம் தொடரவே நாடாளுமன்றம் ஒத்திவைக்கப்பட்டது. டிசம்பர் 21ஆம் தேதி பாகிஸ்தானிலிருந்து இந்தியா அதன் தூதரை திருப்பியழைத்தது. இந்தியா – பாகிஸ்தான் விமான, ரயில், பேருந்து ஆகிய சேவைகளை இடைநிறுத்தியது. வான்வழியே கடந்துசெல்லும் பாகிஸ்தான் விமானப் போக்குவரத்துகளைத் தடைசெய்தது. தனது போர் இயந்திரத்தை முடுக்கிவிட்டுப் படைகளைப் பெருமளவில் அணி திரட்டியது. ஐந்து லட்சத்துக்கு மேற்பட்ட படையினரைப் பாகிஸ்தானிய எல்லைக்குக் கொண்டுசென்றது. வெளிநாட்டுத் தூதரகங்கள் தமது பணியாளர்களை அப்புறப்படுத்திக் கொண்டன. இந்தியா வரும் சுற்றுலாப்பயணிகளுக்கு முன்னெச்சரிக்கைகள் விடுக்கப்பட்டன. இந்தியத் துணைக் கண்டம் ஓர் அணு ஆயுதப் போரின் விளிம்புக்கு இட்டுச் செல்லப்படுவதை, பதற்றத்துடன் உலகம் பார்த்துக்கொண் டிருந்தது. இவை அனைத்துக்கும் மக்கள் பணம் 10,000 கோடி ரூபாய் செலவிடப்பட்டதாக மதிப்பிடப்பட்டுள்ளது. பீதியுடன் கூடிய படைதிரட்டும் நடைமுறைகள் நடைபெற்றுக்கொண் டிருந்தபோதே சில நூறு படையினர் இறந்துபோனார்கள்.

ஏறத்தாழ மூன்றரை ஆண்டுகள் கழித்து, 2005 ஆகஸ்ட் 4இல் உச்ச நீதிமன்றம் அந்த வழக்கில் இறுதித் தீர்ப்பை வழங்கியது. நாடாளுமன்றத்தின் மீதான தாக்குதல் ஒரு போர் நடவடிக்கை என்னும் கருத்தை அது அங்கீகரித்தது. ‘நாடாளு மன்றத்தைத் தாக்க எத்தனித்தமை, இந்திய அரசாங்கம் உள்ளடங்கிய இந்திய அரசின் இறையாண்மை மீது தொடுக்கப் பட்ட போர் என்பதில் ஐயமில்லை . . . காரில் கண்டெடுக்கப் பட்ட, உள்துறை அமைச்சகத்தின் போலி ஸ்டிக்கரில் (தடயம் PW1/8இல்) பொறிக்கப்பட்ட எழுத்துக்கள் புலப்படுத்துவது போல், இறந்த பயங்கரவாதிகள் தீவிர இந்திய விரோத உணர்வால் தூண்டப்பட்டு, செயல்பட உந்தப்பட்டார்கள்.’ அத்துடன், ‘படுதீவிர இஸ்லாமியக் கமாண்டோக்கள்’ கைக் கொண்ட செயல்முறை முழுவதும் இந்திய அரசாங்கத்துக்கு எதிராகப் போர் தொடுக்கப்பட்டதையே புலப்படுத்துகிறது’ என்றும் உச்ச நீதிமன்றம் தெரிவித்தது.

உள்துறை அமைச்சகத்தின் போலி ஸ்டிக்கரில் பொறிக்கப் பட்டிருந்த வாசகம்:

> இந்தியா மிகவும் மோசமான நாடு நாங்கள் இந்தியாவை வெறுக்கிறோம் இந்தியாவை நாங்கள் அழிக்க விரும்பு கிறோம் கடவுளின் அருளுடன் நாங்கள் இந்தியாவை அழிப்போம் கடவுள் எங்களுடன் இருக்கிறார் எங்களால் இயன்றவரை நாங்கள் பாடுபடுவோம் இந்த அறிவிலி வாஜ்பாயியையும் அத்வானியையும் கொல்வோம் அவர் கள் மிகவும் மோசமானவர்கள் அப்பாவி மக்கள் பலரைக் கொன்றுள்ளார்கள் அவர்களுடைய சகோதரன் புஷ்ஷும் மிகவும் மோசமானவன் அவனே எங்கள் அடுத்த இலக்கு அப்பாவி மக்கள் பலரை அவன் கொன்றுள்ளான் அவனும் இறக்கத்தான் வேண்டும் நாங்கள் இதைச் செய்து முடிப்போம்.

இப்பிரகடன வாசகங்களைக் கொண்ட ஸ்டிக்கர், நாடாளுமன்றக் கட்டடத்திற்குள் ஊடுருவிய காரின் முகப்புக் கண்ணாடியில் ஒட்டப்பட்டிருந்தது. (இந்த வாசகம் ஆக்கிர மிக்கும் பரப்பைக் கருத்தில் கொள்ளும்போது, கார் ஓட்டுநரால் எதையாவது பார்க்க முடிந்திருந்தால், அது அதிசயமே. ஆதலால் தான் அவர் துணைக் குடியரசுத் தலைவரின் வாகன அணி யுடன் மோதிவிட்டார் போலும்!)

‘பொடா’ சட்டத்துக்கு உட்படும் வழக்குகளை விசாரிக்க ஏற்பாடு செய்யப்பட்ட சிறப்பு விரைவு விசாரணை நீதிமன்றம் ஒன்றில் காவல்துறை குற்றச்சாட்டுகளைப் பதிவுசெய்திருந்தது.

2002 டிசம்பர் 16ஆம் தேதி கீலானி, சவுகத், அப்சல் மூவருக்கும் விசாரணை நீதிமன்றம் மரண தண்டனை விதித்தது. அப்சன் குருவுக்கு ஐந்து ஆண்டு கடுங்காவல் தண்டனை விதித்தது. ஓராண்டு கழித்து உயர் நீதிமன்றம் கீலானி, அப்சன் இருவரையும் விடுதலை செய்தது. எனினும் சவுகத், அப்சல் இருவரதும் மரண தண்டனையை அது உறுதிப்படுத்தியது. இறுதியில் உச்ச நீதிமன்றமும் மேற்படி விடுதலைகளை உறுதிப்படுத்தியதோடு, சவுகத்தின் தண்டனையையும் பத்தாண்டுக் கடுங்காவல் தண்டனையாகக் குறைத்தது. ஆயினும் முகமது அப்சலின் தண்டனையை அது உறுதிப்படுத்தியதுடன் நிற்காது, அதை மூன்று ஆயுட்காலத் தண்டனைகளாகவும், இரட்டை மரண தண்டனையாகவும் அதிகரித்தது.

பயங்கரவாத இயக்கம் அல்லது அமைப்பு எதிலும் முகமது அப்சல் அங்கம் வகித்ததற்கு எவ்விதச் சான்றும் இல்லை என்று 2005 ஆகஸ்ட் 4இல் அளித்த தீர்ப்பில் உச்ச நீதிமன்றம் தெள்ளத்தெளிவாகத் தெரிவித்துள்ளது. அதேவேளை, 'பெரும்பாலான சதிவிஷயங்களைப் போலவே இந்த விஷயத்திலும் குற்றச்சதி என்று கொள்ளத்தக்க உடன்பாடு செய்யப்பட்டதற்கு நேரடிச் சான்று இல்லை, இருக்கவும் முடியாது. எனினும், சூழ்நிலைகளை ஒன்றுதிரட்டி, சீர்தூக்கிப் பார்க்கும்போது குற்றஞ்சாட்டப்பட்டவரான அப்சல் கொல்லப்பட்ட பயங்கரவாதிகளுடன் ஒத்துழைத்ததை அவை தெளிவாகப் புலப்படுத்துகின்றன' என்றும் அது தெரிவித்துள்ளது.

அதாவது, நேரடிச் சான்று கிடையாது, ஆனால், சந்தர்ப்பச் சான்று உண்டு.

இத்தீர்ப்பில் சர்ச்சைக்குரிய பத்தி பின்வருமாறு தொடர்கிறது: 'பல உயிரிழப்புகளுக்குக் காரணமான இச்சம்பவம் நாடு முழுவதையும் அதிரவைத்துள்ளது. குற்றவாளிக்கு மரண தண்டனை விதித்தால் மாத்திரமே சமூகத்தின் ஒட்டுமொத்த மனச்சாட்சியைத் திருப்திப்படுத்த முடியும்.'

சடங்குக் கொலையான மரண தண்டனையைச் செல்லுபடியாக்குவதற்குச் 'சமூகத்தின் ஒட்டுமொத்த மனச்சாட்சி' என்னும் மந்திரத்தை உச்சரிப்பது, விசாரணையின்றி தூக்கிலிடுவதைக் கௌரவிப்பதற்கு அணுக்கமானது. இவ்வாறு விதித்தோர் மக்களை இரைகொள்ளும் அரசியல்வாதிகளோ பரபரப்பு நாடும் செய்தியாளர்களோ அல்ல (அவர்களும் இவ்வாறு செய்தார்கள் என்றாலும்). இவ்வாறு பணித்தது இந்த நாட்டின் உச்ச நீதிமன்றமே என்பதை எண்ணிப் பார்க்கையில் உள்ளம் பதைக்கிறது.

அப்சலுக்கு மரண தண்டனை விதித்த காரணங்களை விளக்குமுகமாக மேற்படி தீர்ப்பில் பின்வருமாறு தெரிவிக்கப் பட்டுள்ளது: ‘இந்த மேல்முறையீட்டை முன்வைத்தவர், சரணடைந்த தீவிரவாதி. இந்த நாட்டுக்கு எதிராக, திரும்பத் திரும்ப துரோகச் செயல்கள் புரிய அவர் கங்கணம் கட்டி யிருந்தார். அவரால் சமூகத்துக்கு எப்போதும் ஆபத்துதான். அவருடைய வாழ்வு முடிய வேண்டும்.’

ஒருபுறம் தவறான நியாயம்; மறுபுறம், இன்று காஷ்மீரில் ‘சரணடைந்த தீவிரவாதி’யாக இருப்பது என்றால் என்ன என்பதை அறவே அறியாத கோலம்; இவை இரண்டும் சேர்ந்ததே மேற்படித் தீர்ப்பு.

சரி, முகமது அப்சலின் வாழ்வு முடியத்தான் வேண்டுமா?

செல்வாக்கு மிகுந்த ஆனால் சிறுபான்மையினரான அறிவுஜீவிகள், செயல்பாட்டாளர்கள், ஆசிரியர்கள், வழக்கறிஞர் கள், ஆளுமைகள் சிலர் அறநெறிக்கிணங்க மரண தண்டனைக்கு மறுப்புத் தெரிவித்துள்ளார்கள். மரண தண்டனை பயங்கர வாதிகளை அச்சுறுத்தித் தடுக்கும் என்பதற்கு அனுபவச் சான்று இல்லை என்றும் அவர்கள் வாதிடுகிறார்கள். (எப்படித் தடுக்க முடியும்? தற்கொலைப் படையினர் நிறைந்த இந்த யுகத்தில் மரணமே தலையாய கவர்ச்சி அல்லவா?)

கருத்து வாக்கெடுப்புகளும் ஊடகங்களில் வெளிவரும் கடிதங்களும் தொலைக்காட்சியில் இடம்பெறும் அவையோரின் நேரடி மறுமொழிகளும் இந்திய மக்களின் அபிப்பிராயத்தைச் சரிவரப் புலப்படுத்துகின்றன என்றால், கொலைக் கும்பல் நிமிடத்துக்கு நிமிடம் பெருகிவருகிறது. முகமது அப்சல் ஒருசில ஆண்டுகளுக்கு, சனி – ஞாயிறு உட்பட ஒவ்வொருநாளும் தூக்கிலிடப்படுவதைக் காண மிகப்பெரும்பாலான இந்தியர் கள் விரும்புவதுபோல் தெரிகிறது. ஒரு கணமும் தாமதிக்கப் படாமல் அவர் கூடியவிரைவில் தூக்கிலிடப்பட வேண்டுமென்று எதிர்க்கட்சித் தலைவர் எல்.கே. அத்வானி விரும்புகிறார். பொருத்தமற்ற முறையில் அவர் அவசரப்படுவது தெரிகிறது.

அதே நேரம் காஷ்மீரிலும் மக்கள் இதேபோல கொந்தளிப் பாக உள்ளனர். அங்கு மக்கள் வெகுண்டெழுந்து எதிர்ப்புத் தெரிவித்து வருகிறார்கள். அப்சல் தூக்கிலிடப்பட்டால், அங்கு பயங்கரமான அரசியல் விளைவுகள் ஏற்படுமென்பது மேன்மேலும் தெளிவாகிவருகிறது. வேறு சிலர் இதை நீதிக்குப் புறம்பானது எனக் கொண்டு எதிர்ப்புத் தெரிவித்து வருகிறார் கள். அவ்வாறு அவர்கள் எதிர்ப்புத் தெரிவித்தாலும், இந்திய

நீதிமன்றங்களிடம் அவர்கள் நீதியை எதிர்பார்க்கவில்லை. அவர்கள் காட்டுமிராண்டித்தனத்தை எதிர்கொண்டு வாழ்ந்தவர்கள் என்றபடியால் நீதி, நீதிமன்றங்கள், வாக்குமூலங்கள் என்பனவற்றில் அவர்களுக்கு நம்பிக்கை இல்லை. காஷ்மீர் சுதந்திரப் போராட்டத் தியாகி என்னும் பெருமைகொண்ட மக்பூல் பட் போலவே முகமது அப்சலும் தூக்குமரம் நோக்கி வெற்றிநடை போட வேண்டுமென்று வேறு சிலர் விரும்புகிறார்கள். காஷ்மீரை ஆக்கிரமித்திருக்கும் (இது உண்மைதான்) வல்லரசின் நீதிமன்றங்களில் விசாரிக்கப்படும் ஒருவகையான அரசியல் கைதியாகவே முகமது அப்சலைப் பெரும்பாலான காஷ்மீரிகள் கருதுகிறார்களென்று நாம் பொதுவாகக் குறிப்பிடலாம். இந்தியாவிலும் காஷ்மீரிலும் உள்ள அரசியல் கட்சிகள் இந்தப் போக்கை மோப்பம் பிடித்து, நயவஞ்சகமான கொலைவேட்டையாட முனைவது இயல்பானதே.

இந்த வெறியாட்டத்தின் இடையே சுயமான அசலான மனிதராக இருக்கும் உரிமையை, அப்சல் இழந்துவிட்டதாகத் தெரிகிறது. இது வருந்தத்தக்கது. தேசியவாதிகள், பிரிவினைவாதிகள், மரண தண்டனையை எதிர்ப்பவர்கள் அனைவரது கற்பனைகளையும் சுமந்துசெல்பவராக அவர் மாறிவிட்டார். இந்தியாவின் மாபெரும் எதிரியாகவும் காஷ்மீரின் மாவீரனாகவும் மாறியுள்ளார். இத்தனை ஆண்டுகள் கழிந்தும்கூடக் காஷ்மீரில், நமது பேரறிஞர்களும் கொள்கை – வகுப்பாளர்களும் ஆன்மிகத் தலைவர்களும் கூறுவதையும் தாண்டி, போர் முடியவில்லை என்பது தெளிவாகிறது.

அச்சமும் அரசியலும் தோய்ந்த இந்நிலவரத்தில் தலையிடுவதற்கான காலம் கடந்துவிட்டது என்று கருத வாய்ப்புள்ளது. நீதிவிசாரணை நாற்பது மாதங்கள் நீடித்ததல்லவா? உச்ச நீதிமன்றம் தன் முன் வைக்கப்பட்ட சாட்சியத்தை ஆய்வு செய்து, குற்றஞ்சாட்டப்பட்டவர்களுள் இருவரைக் குற்றவாளிகளென்று தீர்ப்பளித்து, மற்ற இருவரையும் விடுதலை செய்துள்ளது. நீதித்துறையின் நடுநிலைக்கு இதுவே சான்று பகர்கிறதே! வேறென்ன சொல்ல வேண்டியுள்ளது? இதை இன்னொரு விதமாகவும் பார்க்கலாம். அரச வழக்கறிஞரின் வாதம் பாதி படுபிழையென்று நிரூபிக்கப்பட்டுள்ளது. மீதி ஏற்றுப் போற்றப்பட்டுள்ளது. இது விசித்திரம் இல்லையா?

○

முகமது அப்சல் ஒரு மக்பூல் பட் அல்ல. என்பதால்தான் அவருடைய கதை உள்ளத்தை ஈர்க்கிறது. அதேவேளை அவருடைய கதை, காஷ்மீர் பள்ளத்தாக்கின் கதையிலிருந்து

பிரிக்கமுடியாதவாறு பின்னிப்பிணைந்துள்ளது. நீதிமன்றங் களின் எல்லைகளுக்கு அப்பால், தன்னைத் தானே 'மாபெரும் வல்லரசு' என்று பிரகடனப்படுத்திய நாட்டின் நடுவே பத்திர மாக வாழ்வோரின் கற்பனை வரம்புக்கும் அப்பால் விரவிப் பரவும் இழைகள் கொண்டது அந்தக் கதை. முகமது அப்சலின் கதையின் தொடக்கம், வழக்கமான சட்டவியல் பற்றிய நேர்த்தி யான வாதங்களின் வரம்புகளுக்கும் நுண்ணுணர்வுகளின் வரம்புகளுக்கும் அப்பாற்பட்ட சட்டங்களுக்கு உட்பட்ட ஒரு போர்ப்பகுதியில் உள்ளது.

டிசம்பர் 13 அன்று நாடாளுமன்றம் தாக்கப்பட்ட கதையை நாம் கவனமாகக் கருத்தில் கொள்வது முக்கியம் என்பதையே மேற்படி காரணங்களெல்லாம் நமக்கு உணர்த்து கின்றன. நாடாளுமன்றம் தாக்கப்பட்ட கதை விசித்திரமானது, வருத்தமளிப்பது, முற்றிலும் தீயது. உலகின் மிகப்பெரிய ஜனநாயக நாடு உண்மையில் எவ்வாறு இயங்குகிறது என்பதை இது வெட்டவெளிச்சமாக்குகிறது. மிகப்பெரிய விஷயங்களை இது மிகச்சிறிய விஷயங்களுடன் இணைக்கிறது. நமது காவல் நிலையங்களின் மங்கிய சிறு அறைகளில் இடம்பெறும் சம்பவங் களை, காஷ்மீர் பள்ளத்தாக்கில் குளிரிலும் பனியிலும் உறையும் தெருக்களில் இடம்பெறும் சம்பவங்களுடன் இணைக்கும் பாதைகளின் தடங்களை இது சுட்டிக்காட்டுகிறது. மானுட உணர்வு கடந்த, நாடுகளை அணுவாயுதப் போரின் விளிம்புக்கு இட்டுச்செல்லும், கொடுஞ்சீற்றத்தை இது சுட்டிக்காட்டுகிறது. சித்தாந்த அல்லது சொற்சிலம்ப விடைகளை விடுத்து திட்ட வட்டமான விடைகளைத் திட்டவட்டமாக வேண்டும் கேள்வி களை இது எழுப்புகிறது.

இந்த ஆண்டு அக்டோபர் 4 அன்று நானும் வேறு சிலரும் முகமது அப்சலின் மரண தண்டனையை எதிர்த்து புதுதில்லி ஜந்தர் மந்தரில் கூடினோம். மிகவும் மோசமான விளையாட்டு ஒன்றில் முகமது அப்சல் வெறும் பகடைக்காய் என்றே நான் நம்புகிறேன். ஆதலால்தான் அதில் நான் கலந்து கொண்டேன். அப்சலை ஒரு பிசாசாகச் சித்தரிக்கிறார்கள். அப்சல் ஒரு பிசாசல்ல; அதன் அடிச்சுவடு மட்டுமே. அந்த அடிச்சுவடு 'ஒழிக்கப்பட்டால்' அந்தப் பூதம் யாரென்பதை நம்மால் ஒருநாளும் கண்டறிய முடியாது.

அங்குக் கூடி எதிர்ப்புத் தெரிவித்த எங்களை விட அதிக அளவில் இதழியலாளர்களும் தொலைக்காட்சிக் குழுவினரும் அன்று மாலை அங்கு வந்ததில் வியப்பில்லை. அப்சலின் படுசுட்டியான குட்டிமகன் காலிப் அனைவரின் கவனத்தை யும் ஈர்த்தான். தூக்குமரத்தை நெருங்கும் தந்தையின் குட்டி

மைந்தன் மீது பரிவுகொண்ட மக்கள் என்னசெய்வது என்று புரியாமல் ஐஸ்கிரீம், குளிர்பான வகைகளை அவனுக்கு வழங்கிக் கொண்டிருந்தார்கள். அங்குக் கூடிய மக்களைச் சுற்றிவர நோட்டம் விடுகையில் நான் கவனித்த சிறு விவரம் ஒன்று என்னை வருத்தியது: கூட்டத்தைக் கூட்டியவர் ஒரு பருத்தக் குட்டையர்; அவர் படபடப்புடன் பேச்சாளர்களை அறிமுகப் படுத்திக்கொண்டிருந்தார்; அவர் பெயர் எஸ்.ஏ.ஆர். கீலானி; அவர் தில்லிப் பல்கலைக்கழக அரபு இலக்கிய விரிவுரையாளர்; நாடாளுமன்றம் மீதான தாக்குதல் தொடர்பான வழக்கில் மூன்றாம் சந்தேக நபர். தாக்குதல் நடந்த அடுத்த நாள், 2001 டிசம்பர் 14 அன்று, தில்லிக் காவல்துறையின் சிறப்புப் பிரிவு அவரைக் கைதுசெய்தது. தடுப்புக்காவலில் அவர் மிருகத்தன மான சித்திரவதைக்கு உள்ளானார். அவர் குடும்பத்தினர் – அவர் மனைவி, இளம்பிள்ளைகள், சகோதரன் – சட்டவிரோத மாகச் சிறைபிடிக்கப்பட்டார்கள். எனினும் தான் செய்யாத குற்றத்தைச் செய்ததாக ஒப்புக்கொள்ள அவர் மறுத்துவிட்டார். அவர் கைதானதை அடுத்து ஒருசில நாட்களாக வெளிவந்த செய்தித்தாள்களை வாசித்து இதை நீங்கள் அறிந்திருக்க முடியாது. இல்லாத, முற்றிலும் கற்பனையில் உருவான வாக்குமூலம் பற்றிய விரிவான விவரங்களையே அவை வெளியிட்டன. கீலானியைச் சதியில் சம்பந்தப்பட்ட இந்தியத் தரப்பின் தீய சூத்திரதாரியாகவே தில்லிக் காவல்துறை சித்தரித்தது. காவல் துறையின் அறிவிப்புகளை எழுதுவோர் கீலானிமீது வெறுப்பைக் கொட்டும் சித்திரம் ஒன்றை இட்டுக்கட்டினார்கள். பரபரப்பை நாடும் அதிதேசியவாத ஊடகங்கள் அதனை ஆவலுடன் விரிவு படுத்தி வெளிப்படுத்தின. குற்ற வழக்குகளை விசாரிக்கும் நீதிபதிகள், ஊடக அறிக்கைகளைப் பொருட்படுத்த வேண்டிய தில்லை என்பது காவல்துறைக்கு நன்கு தெரியும். எனினும் 'பயங்கரவாதிகள்' பற்றிய விவரத் திரட்டை முற்றிலும் கொடூர மான முறையில் ஜோடிப்பதன் மூலம் பொது அபிப்பிராயத்தை உருவாக்கினால், அது விசாரணைக்கு உகந்த சூழ்நிலையைத் தோற்றுவிக்குமென்பது காவல்துறைக்குத் தெரியும். ஆனால் அது சட்ட நுண்ணாய்வுக்கு உட்படப்போவதில்லை.

பிரதான ஊடகங்களில் வெளிவந்த அப்பட்டமான, நயவஞ்சகமான பொய்களுள் சில பின்வருமாறு:

'துப்பு துலக்கப்பட்டுவிட்டது: தாக்குதல் சூத்திரதாரி ஜைஷ்,' நீதா ஷர்மா – அருண் ஜோஷி, *The Hindustan Times*, *16 டிசம்பர் 2001:*

> சாகிர் உசேன் மாலைக் கல்லூரியில் கற்பிக்கும் அரபு விரிவுரையாளர் ஒருவரைச் சிறப்புக் காவல்துறைப் பிரிவு

> தில்லியில் கைதுசெய்தது ... தீவிரவாதி அவருடன் செல்பேசியில் பேசியது உறுதிப்படுத்தப்பட்ட பின்னர் அவர் கைதுசெய்யப்பட்டார்.

'தில்லிப் பல்கலைக்கழக விரிவுரையாளரே பயங்கரத் திட்டத்தின் அச்சாணி,' *The Times of India, 17 டிசம்பர் 2001:*

> டிசம்பர் 13 அன்று நாடாளுமன்றத்தின் மீது மேற் கொள்ளப்பட்ட தாக்குதல் ஜைஷ்–எ–முகமது, லக்ஷ்கர்–ஏ–தொய்பா ஆகிய பயங்கரவாத இயக்கங்கள் இரண்டும் சேர்ந்து தொடுத்த தாக்குதல் என்றும், அதற்குத் தில்லியில் பெரிதும் துணைநின்றவர்களுள் தில்லிப் பல்கலைக்கழக விரிவுரையாளர் சையத் ஏ.ஆர். கீலானியும் ஒருவர் என்றும் காவல்துறை ஆணையர் அஜய் ராஜ் சர்மா ஞாயிறன்று தெரிவித்தார்.

'பேராசிரியர் தீவிரவாதிகளை வழிநடத்தினார்,' தேவேஷ் கே. பாண்டே, *The Hindu, 17 டிசம்பர் 2001:*

> தீவிரவாதிகள் தாக்குதல் திட்டமிடப்பட்ட நாள் முதல் அந்தச் சதியைத் தான் அறிந்திருந்ததாக விசாரணையின் போது கீலானி தெரிவித்தார்.

'பேராசிரியர் ஓய்வுநேரங்களில் பயங்கரவாதம் பற்றி விரிவுரை நிகழ்த்தினார்,' சுதிர்த்தோ பட்ரனோபிஸ், *The Hindustan Times, 17 டிசம்பர் 2001:*

> மாலையில் அவர் கல்லூரியில் அரபு இலக்கியம் கற்பித்தார் என்பது விசாரணைகளின்போது தெரியவந்தது. ஓய்வு நேரங்களில் தனது வீட்டில் அல்லது கைதுசெய்யப்பட வுள்ள இன்னொரு சந்தேக நபராகிய சவுகத் உசேனின் வீட்டில் ரகசியமாக அவர் பயங்கரவாதம் கற்றார், கற்பித்தார்.

'பேராசிரியரின் வருமானம்', *The Hindustan Times, 17 டிசம்பர் 2001:*

> கீலானி அண்மையில் மேற்குத் தில்லியில் 22 லட்சம் ரூபாய்க்கு ஒரு வீடு வாங்கினார். அவ்வளவு பணம் அவருக்குக் கிடைத்த விதம் பற்றி காவல் துறை தற்போது விசாரித்து வருகிறது.

'அலிகார் முதல் இங்கிலாந்துவரை கீலானி பயங்கரவாத விதைகளை விதைத்தார்.' சுஜித் தாகுர், *Rashtriya Sahara, 18 டிசம்பர் 2001:*

> கிடைக்கும் தகவல்களின்படியும் விசாரணைப் பிரிவுகள் திரட்டிய தகவல்களின்படியும் கீலானி நீண்ட காலமாக

ஜைஷ்–எ–முகமது இயக்கத்தின் முகவராக விளங்கியுள்ள தாக அவர் காவல்துறைக்கு வாக்குமூலம் அளித்துள்ளார் ... கீலானியின் சொல்வன்மை, செயற்பாங்கு, திட்பமாகத் திட்டமிடல் காரணமாகவே அறிவுஜீவிகளிடையே பயங்கர வாதத்தைப் பரப்பும் பொறுப்பை 2000த்தில் ஜைஷ்–எ–முகமது இயக்கம் அவரிடம் ஒப்படைத்தது (எனது மொழிபெயர்ப்பு).

‘பயங்கரவாத சந்தேக நபர் அடிக்கடி பாகிஸ்தானியத் தூதரகத்துக்குச் சென்றுவருபவர்.’ சுவாதி சதுர்வேதி, *The Hindustan Times*, 21 டிசம்பர் 2001:

கீலானி அடிக்கடி பாகிஸ்தானுக்குத் தொலைபேசி அழைப்புகள் விடுத்ததையும் ஜைஷ்–எ–முகமது இயக்கத்தைச் சேர்ந்த தீவிரவாதிகளுடன் தொடர்பு வைத்திருந்ததையும் அவர் விசாரணையின்போது ஒப்புக்கொண்டுள்ளார். ஜைஷ் உறுப்பினர்கள் சிலர் தனக்குப் பணம் தந்ததாகவும் தீவிரவாத நடவடிக்கைகளுக்குப் பயன்படுத்தவென இரண்டு அடுக்குமாடி வீடுகளை வாங்கும்படி அவர்கள் கேட்டுக்கொண்டதாகவும் அவர் தெரிவித்தார்.

‘இந்த வாரப் பிரமுகர்.’ *Sunday Times of India*, 23 டிசம்பர் 2001:

ஒரு செல்பேசியே அவரைக் காட்டிக் கொடுத்தது. டிசம்பர் 13 அன்று மேற்கொள்ளப்பட்ட தாக்குதல் தொடர்பாக முதன்முதல் கைதுசெய்யப்பட்டவர் தில்லிப் பல்கலைக் கழகத்து சையத் ஏ.ஆர். கீலானி – பயங்கரவாதம் ஆழ்ந்து, பரந்து வேரோடியுள்ளது என்பதை இது அதிர்ச்சியூட்டும் வண்ணம் நினைவுபடுத்துகிறது.

இவையனைத்தையும் *Zee TV* மிஞ்சிவிட்டது. *December 13th* என்னும் படத்தை அது தயாரித்தது. அந்த ஆவண நாடகத்தைக் ‘காவல் துறையின் குற்றப்பத்திரிகையை அடிப்படையாகக் கொண்டு தயாரிக்கப்பட்ட உண்மை’ என்று அது வலியுறுத்தியது. (இதைச் சொற்பொருள் முரண்பாடு என்று சொல்வீர்கள், அல்லவா?) இப்படம் பிரதம மந்திரி ஏ.பி. வாஜ்பாயி, உள்துறை அமைச்சர் எல்.கே. அத்வானி இருவருக்கும் பிரத்தியேகமாக காண்பிக்கப்பட்டது. இருவரும் அதைப் பாராட்டினார்கள். ஊடகங்கள் பலவும் அவர்களின் அங்கீகாரத்தை வெளியிட்டன.

திரைப்படம் ஒளிபரப்புவதை நிறுத்தக்கோரி முன்வைத்த முறையீட்டை உச்ச நீதிமன்றம் நிராகரித்தது. நீதிபதிகள் ஊடகச் செல்வாக்கிற்கு உள்ளாக மாட்டார்களென்று அது

காரணம் கூறியது. (நீதிபதிகள் ஊடகச் செல்வாக்கிற்கு உள்ளாக மாட்டார்கள் என்றாலுங்கூட, 'சமூகத்தின் ஒட்டுமொத்த மன உணர்வு' ஊடக செல்வாக்கிற்கு உள்ளாகக்கூடும் என்பதை உச்ச நீதிமன்றம் ஒப்புக்கொள்ளுமா?) கீலானி, அப்சல், சவுகத் மூவருக்கும் விரைவு விசாரணை நீதிமன்றம் மரண தண்டனை விதிப்பதற்கு ஒருசில நாட்கள் முன்னதாக *December 13th* படத்தை *Zee TV* ஒளிபரப்பியது. இறுதியில் கீலானி பதினெட்டு மாதங்கள் சிறையிலிருந்தார். மரண தண்டனையை எதிர் நோக்கியவராய்த் தனிமைச் சிறையில் அவர் கடுமையாக வாடினார்.

கீலானி, அப்சன் குரு இருவரும் குற்றமற்றவர்களென்று உயர் நீதிமன்றம் தீர்ப்பளித்தது. கீலானி விடுதலையானார். (கைது செய்யப்பட்டபோது கர்ப்பம் தரித்திருந்த அப்சன் சிறையில் பிரசவித்தார். தனக்கு நேர்ந்த அனுபவத்தால் அவர் மனமுடைந்து போனார். தற்போது கடுமையான மனநோய்ப் பாதிப்புக்குள்ளாகியுள்ளார்.) அவர்களின் விடுதலையை உச்ச நீதிமன்றம் உறுதிப்படுத்தியது. கீலானியை நாடாளுமன்றத்தின் மீதான தாக்குதலுடனோ பயங்கரவாத அமைப்பு எதனுடனோ தொடர்புபடுத்தும் சான்று எதையும் உச்ச நீதிமன்றம் காண வில்லை. எந்த நாளிதழும் இதழியலாளரும் தொலைக்காட்சி யும் தமது பொய்களைக் குறித்து எஸ்.ஏ.ஆர். கீலானியிடம் மன்னிப்புக் கோர வேண்டுமென்று கருதவில்லை. அதேவேளை அவருடைய பிரச்சினைகள் அத்துடன் முடியவில்லை. அவருடைய விடுதலையால் காவல் துறையின் சிறப்புப் பிரிவுக்கு ஒரு 'சூத்திரதாரி' கிடைக்காமல் போனாலும் கூட, தாக்குதல் சதி கிடைக்கவே செய்தது. இது ஒரு பிரச்சினை யாகப்போவதை இனிமேல் நாம் கண்டுகொளவோம்.

கீலானி இப்போது சுதந்திரமான மனிதராக மாறியுள்ளார் என்பது முக்கியமான விஷயம் – ஊடகங்களைச் சந்திக்கவோ வழக்கறிஞர்களுடன் உரையாடவோ தனது களங்கத்தைத் துடைக்கவோ அவருக்குச் சுதந்திரம் உண்டு. 2005 பிப்ரவரி 8 அன்று மாலை, உச்ச நீதிமன்றத்தில் இறுதி விசாரணை நடைபெற்ற வேளை, கீலானி தனது வழக்கறிஞரின் வீட்டுக்குப் போய்க்கொண்டிருந்தார். மறைவிலிருந்து துப்பாக்கியுடன் தோன்றிய மர்ம மனிதன் ஒருவன் அவரை ஐந்துமுறை சுட்டான். ஆனால் அதிசயத்தக்க விதத்தில் அவர் உயிர்தப்பி விட்டார். சதிக் கதையில் இது நம்ப முடியாத திருப்பம். கீலானிக்குத் தெரிந்த விவரம், அவர் சொல்லக்கூடிய விவரம் குறித்து யாரோ ஒருவர் கலவரமடைந்துள்ளாரென்பது தெளிவாகப் புலப்பட்டது. நாடாளுமன்றம் மீதான தாக்குதல்

வழக்கில் இன்றியமையாத புதிய துப்புகளுக்கு இது இட்டுச் செல்லுமென்று நம்பி இதை விசாரிக்கும் பணிக்குக் காவல் துறை அதிமுக்கியத்துவமளிக்குமென்று எவரும் எண்ணுவதுண்டு. மாறாக, கீலானியைக் கொல்லும் முயற்சியில் கீலானியே தலையாய சந்தேகநபர் என்ற ரீதியிலேயே சிறப்புப் பிரிவு அவரை நடத்தியது. அவருடைய கணினியை அவர்கள் பறி முதல் செய்தார்கள். அவருடைய காரை எடுத்துச்சென்றார்கள். நூற்றுக்கணக்கான செயல்பாட்டாளர்கள் அவர் அனுமதிக்கப் பட்டிருந்த மருத்துவமனைக்கு வெளியே கூடி, அவர்மீது நடத்தப்பட்ட கொலை முயற்சியை விசாரிக்கும்படி கோரிக்கை விடுத்தார்கள். அதை விசாரித்தால் சிறப்புப் பிரிவே விசாரணைக்கு உள்ளாகும். (அப்படி நடக்கவே இல்லை. அது வழக்கம் தான். ஓராண்டு கழிந்துவிட்டது. இந்த விஷயத்தைப் பின்தொடர்ந்து செல்வதில் எவரும் அக்கறை செலுத்தவில்லை. விசித்திரமாகத்தான் இருக்கிறது.)

இத்தகையச் சூழ்நிலையில்தான் கொடிய பலப்பரீட்சை யில் உயிர்தப்பிய எஸ்.ஏ.ஆர். கீலானி, ஜந்தர் மந்தரில் பகிரங்க மாகத் தோன்றி, முகமது அப்சல் மரண தண்டனைக்கு உள்ளாகக் கூடாது என்று கூறிக்கொண்டிருந்தார். தலையைக் கவிழ்த்துக் கொண்டு வீட்டிலேயே இருப்பது அவருக்கு எத்துணை எளிதாக இருந்திருக்கும்! அவரிடம் அமைதியாய் வெளிப்பட்ட துணிச்சல் என் நெஞ்சைத் தொட்டது.

எஸ்.ஏ.ஆர். கீலானியின் வரிசைக்கு நேர்குறுக்காக அணி திரண்டு முட்டிமோதும் இதழியலாளர்கள், புகைப்படக்காரர் கள் நடுவே, எலுமிச்சை நிறக் குறுஞ்சட்டையும் தொளதொள வென்ற நீண்ட கால்சட்டையும் அணிந்து, சிறிய டேப்ரிக்கார்டர் ஏந்திய இன்னொரு கிலானி தன்னால் இயன்றவரை தலை மறைந்திருக்க அரும்பாடுபட்டார். அவருடைய பெயர் இஃப்திகார் கிலானி. அவரும் சிறையிலிருந்தவர். *2002* ஜூன் *9* அன்று அவர் கைதுசெய்யப்பட்டு, காவல் துறையின் தடுப்புக்காவலில் வைக்கப்பட்டார். அவர் அப்போது ஜம்முவிலிருந்து வெளி வரும் *காஷ்மீர் டைம்ஸ்* இதழின் செய்தியாளராக இருந்தார். அரச ரகசியச் சட்டத்தின்கீழ் அவர் குற்றஞ்சாட்டப்பட்டார். ‘இந்தியாவின் வசமுள்ள காஷ்மீரில் நிலைநிறுத்தப்பட்ட இந்தியப் படையினர் பற்றிய காலாவதியான தகவலை வைத்திருந்ததே அவர் இழைத்த ‘குற்றம்.’ (பாகிஸ்தானிய ஆராய்ச்சி நிறுவனம் ஒன்றால் வெளியிடப்பட்டு, இணையத் தில் பதிவிறக்க விரும்பும் எவர்க்கும் தாராளமாகக் கிடைக்கும் ஆய்வுரையே அது என்பது பின்னர் தெரியவந்தது.) இஃப்திகார் கிலானியின் கணினி பறிமுதல் செய்யப்பட்டது. உளவுப் பிரிவு

48 அருந்ததி ராய்

(Intelligence Bureau) அதிகாரிகள் அவருடைய கணினியின் ஹார்டு டிரைவை மாற்றியமைத்து, பதிவிறக்கப்பட்ட கோப்பில், 'Indian-held Kashmir' என்பதை 'Jammu and Kashmir' என்று மாற்றி, அதை ஓர் இந்திய ஆவணமாகத் தோன்றச்செய்து, 'Only for Reference. Strictly Not for Circulation' என்னும் சொற்களைச் சேர்த்து, அதை உள்துறை அமைச்சகத்திலிருந்து வெளியே கடத்தப்பட்ட ஒரு ரகசிய ஆவணமாகத் தென்படச் செய்தார்கள். ராணுவ உளவுப் பிரிவின் இயக்குநரகத்தில் (Directorate General of Military Intelligence) மேற்படி ஆய்வுரையின் ஒளிப்பிரதி கொடுக்கப்பட்டிருந்தபோதும் இவ்திகார் கிலானியின் வழக்கறிஞர் திரும்பத் திரும்ப முறையீடு செய்தும் ராணுவ உளவுப் பிரிவின் இயக்குநரகம் ஆறு மாதங்களாக அந்த விஷயத்தைத் தெளிவுபடுத்த மறுத்து அமைதி காத்தது.

காவல் துறையின் சிறப்புப் பிரிவு முன்வைத்த நயவஞ்சக மான பொய்களைச் செய்தித்தாள்கள் பணிவுடன் மறுபிரசுரம் செய்தன. அவர்கள் கூறிய பொய்களுள் சில பின்வருமாறு:

'ஹுரியத் இயக்கத்தில் தீவிர போக்குடையவரான சையத் அலி ஷா கிலானியின் மருமகனாகிய 35 வயது, இவ்திகார் கிலானி பாகிஸ்தானிய 'உளவு அமைப்பின்' முகவராக இருந்தார் என்பதை மாநகர நீதிமன்றம் ஒன்றில் அவர் ஒப்புக்கொண்ட தாக நம்பப்படுகிறது.' – நீதா சர்மா, *The Hindustan Times,* 11 ஜுன் 2002:

> ஹிஸ்புல் முஜாஹிதீனைச் சேர்ந்த சையத் சலாகுதீனின் ஆள்காட்டியாக விளங்கிய இவ்திகார் கிலானி இந்தியப் பாதுகாப்பு அமைப்புகளின் நகர்வுகள் பற்றி சலாகுதீனுக்குத் தகவல் தெரிவித்து வந்தாரென்பது விசாரணைகள் மூலம் தெரியவந்துள்ளது. செய்தியாளரென்ற போர்வைக்குள் தனது உண்மையான நோக்கங்களை அவர் திறம்பட மறைத்தபடியால், அவருடைய முகத்திரையைக் கிழிப்ப தற்குப் பல ஆண்டுகள் ஆனதாக உயர்நிலை அதிகாரிகள் தெரிவித்தார்கள்.' – பிரமோத் குமார் சிங், *The Pioneer,* ஜுன் 2002.

வருமான வரி அதிகாரிகள் கிலானியின் மருமகனது வீட்டைத் திடீர்ச்சோதனையிட்டபோது கணக்கில் வராத பணமும் ரகசிய ஆவணங்களும் கைப்பற்றப்பட்டன – *Hindustan,* 10 ஜுன் 2002.

அவர் வீட்டிலிருந்து 3,450 ரூபாய் மாத்திரமே கைப்பற்றப் பட்டது என்ற காவல்துறையின் குற்றப்பத்திரிகையை அவை

பொருட்படுத்தவேயில்லை. இதனிடையே அவரிடம் மூன்று படுக்கையறை கொண்ட அடுக்குமாடி வீடும் கணக்கில் வராமல் 22,00,000 ரூபாய் பணமும் இருப்பதாகவும், அவர் 79,00,000 ரூபாய் வருமான வரி செலுத்தத் தவறியதால், அவரும் அவருடைய மனைவியும் கைது நடவடிக்கையைத் தவிர்க்க தலைமறைவாக இருப்பதாகவும் ஊடகங்கள் தெரிவித்தன.

ஆனாலும் இஃப்திகார் கிலானி கைதுசெய்யப்பட்டார். அவர் சிறையில் வைத்து உதைக்கப்பட்டு, அவமானப்படுத்தப் பட்டார். தனக்கு நேர்ந்த அனுபவங்களை *My Days in Prison* என்னும் நூலில் அவர் விவரித்துள்ளார். தனது சட்டையைக் கொண்டே கழிவறையைச் சுத்தம் செய்து, அதையே நாட்கணக் காக அணியும்படி நிர்ப்பந்திக்கப்பட்டதாக அவர் தெரிவிக்கிறார். நீதிமன்றத்தில் மாதக்கணக்காக வாதங்கள் நடந்தன. அவருடைய சகாக்கள் அதிகாரவர்க்கத்திடம் முறையிட்டார்கள். அவருக்கு எதிரான வழக்கு தொடர்ந்து நடந்தால், பெரும் தர்மசங்கடத் துக்கு உள்ளாக நேருமென்று தெரியவரவே அவர் விடுதலை செய்யப்பட்டார்.

இப்போது இங்கே ஒரு சுதந்திர மனிதராக, ஜந்தர் மந்தரில் செய்தி நிருபராக நிற்பவர் அவர்தான். எஸ்.ஏ.ஆர். கீலானி, இஃப்திகார் கிலானி, முகமது அப்சல் மூவரும் (இன்னும் பல அதிகம் அறியப்படாத காஷ்மீரிகள் பலருடன் இவர்களைப் பற்றி நாம் எப்போதும் அறியப்போவதில்லை.) ஒரே சமயத்தில் திகார் சிறையில் இருந்திருப்பார்களென்று எனக்குத் தோன்றியது.

எஸ்.ஏ.ஆர். கீலானி, இஃப்திகார் கிலானி இருவரதும் வழக்கு கள் இந்திய நீதி முறைமைக்கு இழுக்கல்ல, அதன் புறவயத்திற் கும் தன்னைத்தானே திருத்திக்கொள்ளும் வல்லமைக்கும் இவை சான்று என்று வாதிக்கவும் முடியும், வாதிக்கவும் படும். அது ஓரளவு மட்டுமே உண்மை. எஸ்.ஏ.ஆர். கீலானி, இஃப்திகார் கிலானி இருவரும் தில்லியில் நிலைகொண்ட காஷ்மீரிகள். அவர்களை நன்கறிந்த மத்திய வகுப்பைச் சேர்ந்த நண்பர்கள், சொல்வன்மை மிகுந்தவர்கள், ஊடகர்கள், பல்கலைக்கழக ஆசிரியர்கள் உள்ளடக்கிய சமூகம் காலமறிந்து அவர்களை ஆதரிக்க அணிதிரண்டது. அந்த வகையில் அவர்கள் பேறு பெற்றவர்கள்.

எஸ்.ஏ.ஆர். கீலானி சார்பாக அவருடைய வழக்கறிஞர் நந்தித ஹக்சர் ஓர் அனைத்திந்திய பாதுகாப்புக் குழுவை அமைத்தார் (அதில் நானும் ஓர் உறுப்பினர்). செயல்வீரர்கள், வழக்கறிஞர்கள், இதழியலாளர்கள் அணிதிரண்டு கீலானிக்கு ஆதரவாக ஒருங்கிணைந்து செயல்பட்டார்கள். அவர் சார்பாக

புகழ்பெற்ற வழக்கறிஞர்கள் ராம் ஜெத்மலானி, கே.ஜி. கண்ண பிரான், வரிந்த குரோவர் ஆகியோர் வாதாடினார்கள். சோடித்த சான்றுகள் மூலம் தூக்கிநிறுத்தப்பட்ட அபத்தமான பாவனை கள், யூகங்கள், அப்பட்டமான பொய்கள் கொண்ட அபத்தக் களஞ்சியந்தான் அந்த வழக்கு என்பதை அவர்கள் அம்பலப் படுத்தினார்கள். ஆகவே புறவய நீதி முறைமை நிலவுவது மெய்தான். எனினும் நம் சட்ட முறைமை என்னும் சிக்கலான நடைமுறை கொண்ட அமைப்பில் எங்கேயோ நாணிக்குறுகி வாழும் விலங்கே புறவய நீதி முறைமை. அரிதாகவே அது வெளியே வரும். சிறந்த வழக்கறிஞர்கள் அனைவரும் கூடி நின்று நயந்துரைத்தால் மாத்திரமே அது தன் வளையை விட்டு வெளியே வந்து விளையாடும். செய்தித்தாள்களில் அதைப் பகீரதப் பிரயத்தனமென்று குறிப்பிடுவார்கள். முகமது அப்சல் தரப்புக்கு ஒரு பகீரதன் கிடைக்கவில்லை.

○

முகமது அப்சல் கைதுசெய்யப்பட்டு ஐந்து மாதங்கள் கழித்தே காவல் துறை அவர்மீதான குற்றப்பத்திரிகையை முன் வைத்தது. அதுவரை அவர் பாதுகாப்புமிகுந்த சிறை ஒன்றில் அடைக்கப்பட்டிருந்தார். அவருக்குச் சட்டநிபுணரின் துணையோ சட்ட அறிவுரையோ கிடைக்கவில்லை. சிறந்த வழக்கறிஞர்கள் இல்லை. (இந்தியாவிலோ காஷ்மீரிலோ) பாதுகாப்புக் குழு இல்லை. ஆதரவு நடவடிக்கை இல்லை. குற்றஞ்சாட்டப்பட்ட நால்வரில் அவரே மிகவும் நலிந்தவர். கீலானியின் வழக்கை விடவும் அப்சலின் வழக்கு மிகவும் சிக்கலானது. அப்போது அப்சலின் தம்பி ஹிலால் காஷ்மீரில் சிறப்பு நடவடிக்கை குழுமத்தால் *(Special Operations Group)* சட்டவிரோதமாக நீண்ட காலத்துக்குத் தடுப்புக்காவலில் வைக்கப்பட்டிருந்தார். குற்றப் பத்திரிகை முன்வைக்கப்பட்ட பின்னர் அவர் விடுதலை செய்யப்பட்டார். (இது புதிரின் ஒரு பகுதி. புதிரின் முடிச்சு அவிழ்கையில் துப்புத் துலங்கும்.)

2001 டிசம்பர் 20 அன்று புலன்விசாரணை அதிகாரி, காவல்துறையின் உதவி ஆணையர் ராஜ்பிர் சிங் (அவர் 'என்கவுண்ட'ரில் கொன்ற 'பயங்கரவாதிகளின்' எண்ணிக்கை காரணமாகத் தில்லியின் 'என்கவுண்டர் ஸ்பெஷலிஸ்ட்' என்று செல்லமாக அழைக்கப்படுபவர்) விரிவான முறையில் நடை முறையை மீறிக் காவல் துறையின் சிறப்புப் பிரிவில் ஒரு பத்திரிகையாளர் சந்திப்பை ஏற்பாடு செய்தார். ஊடகம் முன்னிலையில் முகமது அப்சல் தனது குற்றத்தை 'ஒப்புக் கொள்ள'வைக்கப்பட்டார். முகமது அப்சல் ஏற்கெனவே காவல்

துறையிடம் ஒப்புதல் வாக்குமூலம் அளித்துவிட்டதாகக் காவல் துறையின் துணை ஆணையர் அஷோக் சாந்த் செய்தியாளர்களிடம் தெரிவித்தார். அது உண்மை இல்லை என்பது பின்னர் தெரிய வந்தது. அடுத்த நாளே அப்சல் உரியமுறைப்படி காவல் துறையிடம் ஒப்புதல் வாக்குமூலம் அளித்தார் (அதன் பின்னர் அவர் தொடர்ந்தும் காவல் துறையின் தடுப்புக்காவலில் – சித்திரவதைக்கு உள்ளாகக்கூடிய நிலையில் – இருந்தார். இங்கும் கடுமையான முறையில் நடைமுறை மீறப்பட்டுள்ளது). ஊடகம் முன்னிலையில் அளித்த 'ஒப்புதல் வாக்குமூலத்தில்' நாடாளுமன்றத்தின் மீதான தாக்குதலுக்கான முழுப் பழியையும் அவர் தன்மீது சுமத்திக்கொண்டார்.

'ஊடகம் முன்னிலையில் ஒப்புதல் வாக்குமூலம்' அளிக்கப் பட்டபோது ஒரு வேடிக்கை நடந்தது. ஒரு நேரடி வினாவுக்கு விடையளிக்கையில், நாடாளுமன்றத்தின் மீதான தாக்குதலில் கீலானிக்கு எவ்விதத் தொடர்பும் கிடையாது, அவர் முற்றிலும் நிரபராதி என்று அப்சல் தெளிவாகவே தெரிவித்தார். அப்போது காவல் துறையின் உதவி ஆணையர் ராஜ்பிர் சிங் அப்சலை நோக்கிக் கத்தி, வாயை மூடச்செய்துவிட்டு, அப்சலின் 'ஒப்புதல் வாக்குமூலத்தில்' அந்தக் கூற்றை வெளியிட வேண்டாமென்று செய்தியாளர்களிடம் கேட்டுக்கொண்டார். அவர்களும் கீழ்ப் படிந்தார்கள்! மூன்று மாதங்கள் கழித்து ஆஜ் தக் தொலைக் காட்சி, தாக்குதல் நிகழ்ந்து நூறு நாட்கள் என்ற நிகழ்ச்சியில், அந்த 'ஒப்புதல் வாக்குமூலத்தை' மறு ஒளிபரப்புச் செய்த போதே முன்னர் தவிர்க்கப்பட்ட கூற்று இப்போது எப்படியோ கைநழுவி வெளியே கசிந்தது. சட்டம், குற்றவியல் நடைமுறை பற்றிச் சிறிதளவே அறிவுபடைத்த பொதுமக்களின் பார்வை யில் அப்சலின் பகிரங்க 'ஒப்புதல் வாக்குமூலம்' அவரது குற்றத்தை உறுதிப்படுத்தியது. ஆகவே 'சமூகத்தின் கூட்டு மனச்சாட்சி'யின் தீர்ப்பை ஊகித்தறிவது கடினமாய் இருக்கப் போவதில்லை.

அப்சல் 'ஊடகம்' முன்னிலையில் ஒப்புதல் வாக்குமூலம் அளித்த மறுநாள், அவருடைய 'அதிகாரபூர்வமான' ஒப்புதல் வாக்குமூலம் அவரிடமிருந்து வலுக்கட்டாயமாகப் பெறப் பட்டது. தெளிவாகக் கட்டமைத்து, நேர்த்தியாகவும் சரள மாகவும் அப்சல் எடுத்துச்சொல்ல, காவல் துறையின் துணை ஆணையர் அஷோக் சாந்த் ஆங்கிலத்தில் குறிப்பெடுத்து உருவாக்கப்பட்ட வாக்குமூலம் பத்திரப்படுத்தப்பட்டு ஒரு நீதிபதியிடம் ஒப்படைக்கப்பட்டது (காவல்துறையின் துணை ஆணையரின் மொழியில், 'அவர் சொல்லிக்கொண்டே இருந்தார், நான் எழுதிக்கொண்டே இருந்தேன்'). அப்புறம் அப்சலின்

ஒப்புதல் வாக்குமூலம் அரசு வழக்கறிஞரின் முக்கியக் கவசமாக மாறியது: காசி பாபா, மௌலானா மசூட் அஸார், தாரிக் எனப்படும் ஒருவர் மற்றும் இறந்த பயங்கரவாதிகள் ஐவரையும்; அவர்களுடைய உபகரணங்கள், ஆயுதங்கள், வெடிகணைகள், உள்துறை அமைச்சகத்தின் அனுமதிச்சீட்டுகள், மடிக் கணினி, போலி அடையாள அட்டைகள் ஆகியவற்றையும்; அவர் எங்கே, என்ன ரசாயன வகைகள், துல்லியமாக எத்தனை கிலோ வாங்கினார், துல்லியமாக என்ன விகிதப்படி அவை கலக்கப்பட்டு குண்டுகள் தயாரிக்கப்பட்டன, துல்லியமாக என்னென்ன நேரங்களில், என்ன இலக்கத்தைப் பயன்படுத்தி செல்பேசி அழைப்புகள் விடுத்தார், பெற்றார் என்பவை பற்றிய விரிவான விவரங்களைத் திறம்படப் பொருத்தி இழைத்த கதையே அது. (கீலானி குறித்து தான் கூறியதை என்ன காரணத்தாலோ மாற்றிக்கொண்ட அப்சல் இப்போது தாக்குதல் சதியுடன் கீலானியை முற்றிலும் சம்பந்தப்படுத்தினார்.)

காவல் துறை ஏற்கெனவே திரட்டிய சான்றுகளுடன் 'ஒப்புதல் வாக்குமூலத்தின்' ஒவ்வொரு கூறும் நேர்த்தியாய்ப் பொருந்தியது. அதாவது, காவல் துறை சில நாட்களுக்கு முன்னர் ஊடகங்களிடம் முன்வைத்த கூற்றுடன் அப்சலின் ஒப்புதல் வாக்குமூலம் நேர்த்தியாய்ப் பொருந்தியது – சிண்டெரெலாவின் பாதம் கண்ணாடிக் காலணிக்குப் பொருந்தியது போல. (இது ஒரு திரைப்படம் என்றால், உரிய காட்சிப்பொருட்களுடன் அமைந்த திரைக்கதை என்று இதைக் குறிப்பிடலாம். உண்மையில் இது ஒரு திரைப்படமாகத் தயாரிக்கப்பட்டதாகவே இப்போது நாம் உணர்கிறோம். அப்சலுக்கு *Zee TV* காப்புரிமை தர வேண்டியுள்ளது.)

இறுதியில் உயர் நீதிமன்றமும் உச்ச நீதிமன்றமும் அப்சலின் ஒப்புதல் வாக்குமூலத்தில் 'தவறுகள், நடைமுறைக் காப்புவிதி மீறல்கள்' உள்ளதை எடுத்துக்காட்டி அதை நிராகரித்துவிட்டன. எனினும் அப்சலின் ஒப்புதல் வாக்குமூலம் எப்படியோ அரச வழக்கறிஞரின் ஆதாரசுருதியாக நிலைத்துள்ளது. அப்சலின் ஒப்புதல் வாக்குமூலம் நுட்பமாகவும் சட்டரீதியாகவும் நிராகரிக்கப்படும் முன்னரே சட்டத்துக்கு அப்பாற்பட்ட பெரிய நோக்கம் ஒன்றுக்கு அது துணைபோனது: 2001 டிசம்பர் 21 அன்று இந்திய அரசாங்கம் பாகிஸ்தானுக்கு எதிராக அதன் போர் முயற்சியில் இறங்கியபோது, நாடாளுமன்றம் மீதான தாக்குதல் சதியில் பாகிஸ்தானுக்குச் சம்பந்தம் உண்டு என்பதற்குத் தெள்ளத்தெளிவான, மறுக்க முடியாத 'சான்றுகள்' தன்னிடம் இருப்பதாகத் தெரிவித்தது! அவை

அப்சலின் ஒப்புதல் வாக்குமூலமும் காரின் முகப்புக் கண்ணாடியில் ஒட்டப்பட்டிருந்த வாசகமும் தான். இதை எண்ணிப் பாருங்கள். சட்டவிரோதமாகச் சித்திரவதைக்கு உட்படுத்தி, வலுக்கட்டாயமாகப் பெறப்பட்ட ஒப்புதல் வாக்குமூலத்தை அடிப்படையாகக் கொண்டு, மக்கள் பணத்தைப் பெரும் அளவில் செலவிட்டு, பல்லாயிரக்கணக்கான படையினர் பாகிஸ்தான் எல்லைக்கு அனுப்பப்பட்டார்கள். இந்தியத் துணைக் கண்டம் ஓர் அணுவாயுதக் கண்ணாம்பூச்சி விளையாட்டுக்குள் இறங்கியது. முழு உலகமும் அதில் பணயம் வைக்கப்பட்டது.

முணுமுணுக்கப்படும் பெரிய கேள்வி: இது நேரெதிர் மாறாக அமைந்திருக்கக் கூடுமோ? ஒப்புதல் வாக்குமூலம் போருக்கு இட்டுச்சென்றதா? அல்லது போர்த்தொடுக்கும் தேவை ஒப்புதல் வாக்குமூலத்துக்கு இட்டுச்சென்றதா?

பின்னர் அப்சலின் ஒப்புதல் வாக்குமூலத்தை உயர் நீதிமன்றங்கள் புறந்தள்ளிவிடவே ஜைஷ்–எ–முகமது, லக்ஷர்–இ–தொய்பா பற்றிய பேச்செல்லாம் அடங்கிவிட்டது. பாகிஸ்தானைத் தொடர்புபடுத்த எஞ்சியிருந்தது, இறந்த பயங்கரவாதிகள் ஐவரதும் அடையாளம் மாத்திரமே. இன்னமும் காவல்துறையின் தடுப்புக்காவலில் இருந்த முகமது அப்சல், அவர்களை முகமது, ரானா, ராஜா, ஹம்சா, ஹைடர் என்று அடையாளம் காட்டினார். ‘அவர்கள் பாகிஸ்தானிகள் போலவே தென்படுகிறார்கள்’ என்றார் உள்துறை அமைச்சர். காவல் துறையோ அவர்களை பாகிஸ்தானிகள் என்றே கூறியது. விசாரணை நீதிமன்ற நீதிபதியும் அவர்களை பாகிஸ்தானிகள் என்றே கூறினார். அந்தச் சர்ச்சை அப்படியே விடப்பட்டுள்ளது. (அவர்கள் ஸ்கண்டிநேவியாவைச் சேர்ந்த ஹப்பி, பவுன்சி, லக்கி, ஜொலி, கிடின்கமனி என்று நம்மிடம் தெரிவிக்கப் பட்டிருந்தால், அதையும் நாம் ஏற்றுக்கொள்ள நேர்ந்திருக்கும்.)

உண்மையில் அவர்கள் யார், எந்த நாட்டவர்கள் என்பது நமக்குத் தெரியாது. தெரிந்துகொள்ளும் ஆவல் எவருக்காவது இருக்கிறதா? இருப்பதாகத் தெரியவில்லை. ‘இறந்த ஐவரதும் அடையாளங்களும் நிரூபிக்கப்பட்டுள்ளன. அவை நிரூபிக்கப் படாவிட்டாலும் கூட, ஒரு தாக்கமும் ஏற்படப்போவதில்லை. அந்த ஐவருடனும் குற்றஞ்சாட்டப்பட்டவர் கொண்ட உறவே இந்த வழக்கிற்குரிய விஷயம், அவர்கள் பெயர்கள் அல்ல’ என்று உயர் நீதிமன்றம் கூறியது.

குற்றஞ்சாட்டப்பட்டவரென்ற வகையில் அவர் அளித்த வாக்குமூலத்தில் (ஒப்புதல் வாக்குமூலத்தைப் போல் காவல் துறையின் தடுப்புக்காவலில் அளிக்காமல் நீதிமன்றத்தில் அளித்த

வாக்குமூலத்தில்) அப்சல் கூறுகிறார்: 'பயங்கரவாதி எவரையும் நான் இனங்காட்டவில்லை. காவல் துறையே என்னிடம் பயங்கரவாதிகளின் பெயர்களைக் கூறி, அவர்களை இனங்காட்டும்படி பலவந்தப்படுத்தியது.' எனினும் அதனால் அவருக்குப் பயன் கிடைக்கக் காலம் பிந்திவிட்டது. விசாரணை தொடங்கிய முதல் நாளே விசாரணை நீதிமன்ற நீதிபதியால் அமர்த்தப்பட்ட வழக்கறிஞர் அப்சல் உடல்களை அடையாளம் காட்டியதையும் முறையான அத்தாட்சியில்லாவிட்டாலும் விவாதத்திற்குட்படாத சான்றுகளாக மரண விசாரணை அறிக்கைகளை ஏற்றுக்கொள்ள உடன்பட்டார்! திகைக்க வைக்கும் இந்த நகர்வால் அப்சல் கடும் விளைவுகளுக்கு உள்ளானார். இங்கு உச்ச நீதிமனறத்தையே நாம் மேற்கோள் காட்டலாம்: 'குற்றஞ்சாட்டப்பட்ட அப்சலுக்கு எதிரான முதலாவது நிலவரம் யாதெனில், இறந்த பயங்கரவாதிகள் யார் என்பது அவருக்குத் தெரியும். இறந்த பயங்கரவாதிகளின் உடல்களை அவர் அடையாளம் காட்டினார். இந்த அம்சம் தொடர்பான சான்று மறுதலிக்கப்படாமல் இருக்கிறது.'

இறந்த பயங்கரவாதிகள் வெளிநாட்டுத் தீவிரவாதிகளாய் இருந்திருக்கலாம்தான்; அதேவேளை அப்படி இல்லாமலும் இருந்திருக்கலாம் அல்லவா! ஆட்களைக் கொன்று, அவர்களை 'வெளிநாட்டுப் பயங்கரவாதிகள்' என்று பொய்யாக அடையாளம் காட்டுவது அல்லது இறந்தவர்களை 'வெளிநாட்டுப் பயங்கரவாதிகள்' என்று பொய்யாக அடையாளம் காட்டுவது அல்லது உயிருடன் இருப்பவர்களைப் பயங்கரவாதிகள் என்று பொய்யாக அடையாளம் காட்டுவது காஷ்மீரிலோ தில்லித் தெருக்களிலோ காவல் துறையினரின் அல்லது பாதுகாப்புப் படையினரின் வழக்கம்தான்.

காஷ்மீரில் நன்கு ஆவணப்படுத்தப்பட்டுள்ள நிகழ்வுகள் பலவற்றுள் சட்டிசிங்புரா படுகொலையை அடுத்து நிகழ்ந்த கொலைகள் அதிகம் அறியப்பட்டவை, சர்வதேச அவமானமாக மாறியவை. 2000 ஏப்ரல் 20 அன்று இரவு அமெரிக்க ஜனாதிபதி பில் கிளின்டன் புது தில்லி வந்தடைவதற்குச் சற்று முன்னர் சட்டிசிங்புரா கிராமத்தில் இந்தியப் படையினரின் சீருடை அணிந்து நடமாடிய 'இனந்தெரியாத துப்பாக்கி வீரர்களால்' சீக்கியர்கள் முப்பத்தைந்து பேர் கொல்லப்பட்டார்கள். (காஷ்மீரில் நிகழ்ந்தப் படுகொலையின் பின்னணியில் இந்தியப் படையினரே இருந்தனரென்று பலரும் சந்தேகித்தனர்.) ஐந்து நாட்கள் கழித்து சிறப்பு நடவடிக்கை படையும் ராணுவத்தின் கிளர்ச்சி தடுப்புப் பிரிவாகிய ராஷ்ட்ரிய ரைபில்சும் இணைந்து பாத்ரிபால் எனப்படும் கிராம எல்லையில்

ஐந்து பேரைக் கொன்றனர். கொலையுண்டோர் பாகிஸ்தானில் நிலைகொண்ட வெளிநாட்டுத் தீவிரவாதிகள் என்றும், அவர்களே சட்டிசிங்புராவில் சீக்கியரைக் கொன்றவர்கள் என்றும் அடுத்த நாள் காலை இவர்கள் அறிவித்தார்கள். அவர்களின் உடல்கள் குதறப்பட்ட எரிந்த நிலையில் காணப் பட்டன. (எரியாத) படைச் சீருடையின் உள்ளே குடிமக்களின் சாதாரண உடை அணிந்த நிலையில் அவை காணப்பட்டன. அவர்கள் அனைவரும் அனந்தனாக் மாவட்டத்தில் சுற்றி வளைத்துப் பிடிக்கப்பட்டு, கொடூரமாகவும் மிருகத்தனமாகவும் கொல்லப்பட்ட உள்ளூர் வாசிகளே என்பது பின்னர் தெரிய வந்தது. இது நீங்கலாக

20 அக்டோபர் 2003: படை முகாம் ஒன்றைத் தாக்க முயன்ற வேளையில் தங்களால் கொல்லப்பட்டதாகப் பதினெட் டாவது ராஷ்ட்ரிய ரைபிள்ஸ் படையினரால் அறிவிக்கப் பட்ட ‘பாகிஸ்தானியத் தீவிரவாதி’ ஒருவரின் படத்தை ஸ்ரீநகர் செய்தித்தாள் *அல்–சபா* வெளியிட்டது. குப்வரா என்னும் இடத்தைச் சேர்ந்த பேக்கரி உரிமையாளரான வாலிகான் அந்தப் படத்தைப் பார்த்து, அது தன் மகன் பாரூக் அகமது கான் என்று அடையாளம் கண்டுகொண்டார். படையினர் இரண்டு மாதங்களுக்கு முன்னர் ஒரு ‘ஜிப்சி’ வாகனத்தில் அவரைப் பிடித்துச் சென்றிருந்தார்கள். கடைசியில், ஓராண்டுக் குப் பிறகு அவரது உடல் தோண்டி எடுக்கப்பட்டது.

20 ஏப்ரல் 2004: ஒரு பயங்கர மோதலில் வெளிநாட்டுத் தீவிரவாதிகள் நான்கு பேரைத் தாங்கள் கொன்றுவிட்டதாக லொலாப் பள்ளத்தாக்கில் நிலைகொண்டிருந்த பதினெட் டாவது ராஷ்ட்ரிய ரைபிள்ஸ் படையினர் அறிவித்தார்கள். அந்த நால்வரும் ஜம்முவைச் சேர்ந்த சாதாரணத் தொழிலாளிகள் என்பதும் படையினரால் கூலிக்கு அமர்த்தப்பட்டு குப்வரா வுக்குக் கொண்டுசெல்லப்பட்டவர்கள் என்பதும் பின்னர் தெரிய வந்தது. இறுதியில் தமக்குக் கிடைத்த ஓர் அநாமதேயக் கடிதத்தின் மூலம் தகவலறிந்த தொழிலாளிகளின் குடும்பங் கள் குப்வரா சென்று, அவர்களின் உடல்களைத் தோண்டி எடுக்கச் செய்தார்கள்.

09 நவம்பர் 2004: ஜம்முவில், நக்ரோத்தா என்னும் இடத்தில் சரணடைந்த ‘தீவிரவாதிகள்’ நாற்பத்தேழு பேரை இந்தியப் படையின் பதினாறாவது அணியின் பொதுக் கட்டளை அதிகாரி, ஜம்மு–காஷ்மீர் காவல் துறைத் தலைவர் ஆகிய இருவரதும் முன்னிலையில் படையினர் ஊடகர்களுக்குக் காட்டினார்கள். அவர்களுள் இருபத்தேழு பேர் வேலையற்ற

ஆண்கள் என்பதையும் அவர்களுக்குப் போலிப் பெயர்களும் போலி மாற்றுப் பெயர்களும் கொடுக்கப்பட்டன என்பதையும் இந்தப் பம்மாத்தில் பங்குவகிப்பதற்குக் கைமாறாக அரசாங்க வேலைகள் தருவதாக வாக்குறுதி அளிக்கப்பட்டது என்பதையும் ஜம்மு-காஷ்மீர் காவல் துறை பின்னர் கண்டறிந்தது.

வேறு சான்றுகள் இல்லாத இடங்களில் காவல் துறையின் வாக்கு செல்லாது என்பதை விளக்குவதற்காகவே ஒருசில எடுத்துக்காட்டுகள் முன்வைக்கப்பட்டுள்ளன.

O

2002 மே மாதம் விரைவு விசாரணை நீதிமன்றத்தில் விசாரணை தொடங்கியது. விசாரணை இடம்பெற்ற சூழ்நிலையை நாம் மறந்துவிடக் கூடாது. அமெரிக்காவில் நிகழ்ந்த (9/11) தாக்குதலை அடுத்து அதிகரித்த வெறியாட்டம் இன்னமும் எதிரொலித்துக்கொண்டிருந்தது. ஆப்கானிஸ்தானில் ஈட்டிய வெற்றியை அமெரிக்கா பொய்யுரைத்துக்கொண்டிருந்தது. வகுப்புவாத வெறியாட்டத்தால் குஜராத் குமுறிக்கொண்டிருந்தது. ஒருசில மாதங்களுக்கு முன்னர் சபர்மதி விரைவு ரயிலின் S6 பெட்டிக்குத் தீவைக்கப்பட்டு, இந்துக்கள் ஐம்பத்தெட்டு பேர் உயிருடன் எரிக்கப்பட்டார்கள். திட்டமிட்டு அரங்கேற்றப்பட்ட 'பழிவாங்கலில்' முஸ்லிம்கள் இரண்டாயிரத்துக்கு மேற்பட்டோர் பகிரங்கமாகவே படுகொலைசெய்யப்பட்டார்கள். ஒன்றரை லட்சத்துக்கும் மேற்பட்டோர் தமது வீடுகளிலிருந்து விரட்டப்பட்டார்கள்.

அப்சல் விஷயத்தில் எவை எல்லாம் பிழையாகக் கூடுமோ அவை எல்லாம் பிழையாகிப் போயின. பாதுகாப்பு மிகுந்த சிறை ஒன்றில் அவர் அடைக்கப்பட்டார். வெளியுலகத் தொடர்பு இல்லை. கட்டணம் செலுத்தி ஒரு வழக்கறிஞரை அமர்த்த வசதி இல்லை. அவருக்கு நீதிமன்றத்தால் அமர்த்தப்பட்ட வழக்கறிஞர், விசாரணை தொடங்கிய மூன்று நாட்களுக்குப் பிறகு, எஸ்.ஏ.ஆர். கீலானியின் சார்பாக வாதாடும் வழக்கறிஞர்களின் அணியில், தான் கட்டணத்துக்கு அமர்த்தப்பட்டபடியால், இந்த வழக்கிலிருந்து தன்னை விடுவிக்கும்படி கேட்டுக் கொண்டார். நீதிமன்றம் அவருடைய ஜூனியரை, அதாவது மிகவும் அனுபவம் குறைந்த வழக்கறிஞரை, அப்சல் சார்பாக வாதாட நியமித்தது. அவர் ஒரு தடவையேனும் சிறைக்குச் சென்று அப்சலின் அறிவுரைகளைப் பெற்றுக்கொண்டதில்லை. அப்சல் சார்பாக ஒரு சாட்சியையும் அவர் அழைத்ததில்லை. அரச வழக்கறிஞரின் சாட்சிகளுள் எவரையும் அவர் குறுக்கு விசாரணை செய்ததில்லை என்றே கூறலாம். அவர் நியமிக்கப்

பட்டு ஐந்து நாட்கள் கழிந்த பிறகு, அதாவது ஜூலை 8ஆம் தேதி, வேறொரு வழக்கறிஞரை அமர்த்தும்படி அப்சல் நீதிமன்றத்திடம் வேண்டிக்கொண்டார். தனக்குச் சார்பாக வாதாடக்கூடியவர்களென்ற நம்பிக்கையில் வழக்கறிஞர்கள் சிலரின் பெயர்ப்பட்டியல் ஒன்றையும் அவர் முன்வைத்தார். அவர்கள் அனைவருமே அதற்கு மறுத்துவிட்டார்கள். (ஊடகப் பிரச்சார வெறியாட்டத்தைக் கருத்தில் கொண்டு பார்த்தால், அவர்கள் மறுத்ததில் எந்த ஆச்சரியமுமில்லை. விசாரணையின் பிந்தையக் கட்டம் ஒன்றில் கீலானியின் சார்பாக வாதாட முதுநிலை வழக்கறிஞர் ராம் ஜெத்மலானி இணங்கியபோது, சிவ சேனா கும்பல்கள் அவருடைய மும்பை அலுவலகத்தைச் சூறையாடின.) அதைக் குறித்து நடவடிக்கை எடுக்க முடியாத நிலையில் இருப்பதாகத் தெரிவித்த நீதிபதி, சாட்சிகளைக் குறுக்கு விசாரணை செய்யும் உரிமையை அப்சலுக்கு வழங்கினார். குற்றவழக்கு விசாரணையில் சாமானியரால் சாட்சிகளைக் குறுக்கு விசாரணை செய்ய முடியுமென்று நீதிபதி எதிர்பார்த்தது ஆச்சரியமே. குற்றச்சட்டம், இந்த விசாரணைக்குச் சற்று முன்னர் நிறைவேற்றப்பட்ட 'பொடா' சட்டம் போன்ற புதிய சட்டங்கள், சாட்சியச் சட்டத்திலும் தந்திச் சட்டத்திலும் செய்யப்பட்ட திருத்தங்கள் என்பனவற்றின் நெளிவு சுளிவுகளைப் புரிந்துகொள்ளாத ஒருவரால் குறுக்குவிசாரணை செய்ய இயலாது. பழுத்த வழக்கறிஞர்கள்கூட அயராது பாடுபட்டே அவற்றைப் புரிந்துகொள்ள முடியும்.

விசாரணை நீதிமன்றத்தில் அரசு வழக்கறிஞர் தரப்பில் நிலவுடைமையாளர்கள், கடைக்காரர்கள், செல்பேசி நிறுவன தொழில் நிபுணர்கள், காவல் துறையினர் உட்பட ஏறத்தாழ எண்பது சாட்சிகள் அளித்த சாட்சியங்களின் பலத்தில் அப்சலுக்கு எதிரான வழக்குக் கட்டியெழுப்பப்பட்டது. வழக்கு விசாரணையின் சட்டதிட்ட அத்திவாரம் இடப்பட்ட அதி முக்கிய கட்டம் அது. அதற்கு ஈடுகொடுத்து சட்டதிட்ட பணிகளில் உன்னிப்பாக ஈடுபட வேண்டியிருந்தது. தேவைப்பட்ட சான்றுகளை அரும்பாடுபட்டுத் திரட்டி முன்வைக்க வேண்டியிருந்தது. அப்சல் தரப்புச் சாட்சிகளை அழைக்க வேண்டியிருந்தது. அரசு வழக்கறிஞர் தரப்புச் சாட்சிகளைக் குறுக்கு விசாரணை செய்ய வேண்டியிருந்தது. விசாரணை நீதிமன்றத்தின் தீர்ப்பு அப்சலுக்கு எதிராக அமைந்தாலும் கூட (விசாரணை நீதிமன்றங்கள் பழமையான சட்டதிட்டங்களின்படி நடப்பதற்குப் பெயர்பெற்றவை) திரட்டிய சான்றுகளை உயர் நீதிமன்றங்களில் வழக்கறிஞர்களால் பயன்படுத்த முடியும். அத்தகைய

இன்றியமையாத கட்டத்தில் அப்சல் பெரும்பாலும் அநாதர வாகவே நின்றார். அந்தக் கட்டத்தில் அவர் தரப்பு நிலை குலையவே தூக்குக்கயிறு அவர் கழுத்தைச் சுற்றி இறுகியது.

விசாரணை நடந்தபோதுகூடக் காவல் துறையின் சிறப்புப் பிரிவினரின் கட்டுக்கதைகள் பலவும் அம்பலப்பட்டு, அவர் களைத் தர்மசங்கடத்துக்கு உள்ளாக்கியதுண்டு. புலன்விசாரணை யின் முதல்நாள் தொட்டே அவர்களது பொய்களும் ஜோடனை களும் போலி ஆவணங்களும் பெரிய அளவிலான நடைமுறைத் தவறுகளும் குவியத் தொடங்கிய சங்கதி நீதிமன்ற விசாரணையின் போது தெளிவாகியது. அவற்றைத் தில்லி உயர் நீதிமன்றமும், உச்ச நீதிமன்றமும் சுட்டிக்காட்டியுள்ளன. அதற்காகக் காவல் துறையை அவை வெறுமனே கடிந்துரைத்தன. அல்லது இடைக் கிடை அதை 'உள்ளத்தை உறுத்தும் அம்சம்' என்று குறிப்பிட்டது. அவ்வளவுதான். 'உள்ளத்தை உறுத்தும் அம்சம்' என்று குறிப்பிட்டதுடன் நிறுத்திக்கொண்டதே உள்ளத்தை உறுத்தும் அம்சம் ஆகிறதே! விசாரணையின் எந்தக் கட்டத்திலும் காவல் துறையை நீதிமன்றம் கருத்தூன்றிக் கண்டித்ததே இல்லை; ஆதலால் தண்டிக்கும் பேச்சுக்கே இடமில்லையே! உண்மையில் விசாரணையின் ஒவ்வொரு கட்டத்திலும் நடைமுறை நியமங் களைப் பொருட்படுத்தாத ஒரு மோசமான போக்கைச் சிறப்புப் பிரிவினர் வெளிப்படுத்தினர். சொரணையின்றி அவர்கள் புலன்விசாரணை செய்துள்ளார்கள். தாங்கள் 'கண்டுபிடிக்கப் படப் போவதில்லை,' கண்டுபிடிக்கப்பட்டாலும் பரவாயில்லை என்று அவர்கள் கொண்ட நம்பிக்கையை அது புலப்படுத்துகிறது. எவரையும் துணுக்குறவைக்கும் வண்ணம் அவர்கள் கொண்ட நம்பிக்கை அது. அவர்களின் நம்பிக்கை வீண்போகவில்லை.

அநேகமாகப் புலன்விசாரணையின் ஒவ்வொரு கட்டத் திலும் ஒரு நழுவல்போக்கு காணப்படுகிறது.

கைதான நேரத்தையும் இடத்தையும் கைப்பற்றப்பட்ட பொருட்களையும் பார்க்கலாம். கீலானி கைதானதை அடுத்து, அவர் தெரிவித்த தகவலைக் கொண்டு, ஸ்ரீநகரில் அப்சலும் சவுகத்தும் கைதுசெய்யப்பட்டதாகத் தில்லிக் காவல் துறை அறிவித்தது. அப்சலையும் சவுகத்தையும் தேடித்திரியக் கோரும் செய்தி டிசம்பர் 15 அன்று காலை 5:45 மணிக்கு ஸ்ரீநகர் காவல் துறைக்கு அனுப்பப்பட்டதை நீதிமன்றப் பதிவேடுகள் காட்டுகின்றன. எனினும் தில்லிக் காவல் துறையின் பதிவேடு களின்படி டிசம்பர் 15 அன்று காலை 10 மணிக்கே தில்லியில் கீலானி கைதுசெய்யப்பட்டார் – ஸ்ரீநகரில் அவர்கள் அப்சலை யும் சவுகத்தையும் தேடித்திரியத் தொடங்கி நான்கு மணி

நேரங்களுக்குப் பின்னரே கீலானி கைதுசெய்யப்பட்டார். இந்த முரண்பாட்டுக்கு அவர்களால் விளக்கமளிக்க முடிய வில்லை. காவல் துறையின் கூற்றில் 'முக்கிய முரண்பாடு' காணப்படுகிறது, அது உண்மையாக இருக்க முடியாது என்று உயர் நீதிமன்றத்தின் தீர்ப்பில் குறிப்பிடப்பட்டுள்ளது 'உள்ளத்தை உறுத்தும் அம்சமாகப் பதிவுசெய்யப்படுகிறது. தில்லிக் காவல் துறை ஏன் பொய் கூறியது என்று வினவப்படவுமில்லை, விடை அளிக்கப்படவுமில்லை.

காவல் துறை ஒருவரைக் கைதுசெய்யும்போது, அவர் கைதானதற்குப் பகிரங்க சாட்சிகள் வேண்டும்; கைதுப் பத்திரத் தில் அவர் ஒப்பமிட வேண்டும்; கைதாகுபவரிடம் 'கைப்பற்றக் கூடிய' பொருட்கள், பணம், ஆவணங்கள் பற்றிய பத்திரத்திலும் அவர் ஒப்பமிட வேண்டுமென்பது நடைமுறை. டிசம்பர் 15 அன்று காலை 11 மணிக்கு ஸ்ரீநகரில் அப்சல், சவுகத் இருவரை யும் ஒன்றாகக் கைதுசெய்ததாகக் காவல் துறை கூறுகிறது. அவர்கள் இருவரும் தப்பியோடப் பயன்படுத்திய டிரக்கை 'கைப்பற்றியதாக'வும் அவர்கள் கூறுகிறார்கள் (அது சவுகட் டின் மனைவியின் பெயரில் பதிவுசெய்யப்பட்டிருந்தது.) அப்சலிடமிருந்து ஒரு நோகியா செல்போனையும் ஒரு மடிக் கணினியையும் 10 லட்சம் ரூபாய்ப் பணத்தையும் தாங்கள் கைப்பற்றியதாகக் காவல் துறையினர் தெரிவிக்கிறார்கள். ஸ்ரீநகரில் ஒரு பேருந்து நிறுத்தத்தில் வைத்தே தான் கைது செய்யப்பட்டதாகவும் தன்னிடமிருந்து மடிக்கணினியோ செல் போனோ பணமோ 'கைப்பற்றப்படவில்லை' என்று குற்றஞ் சாட்டப்பட்ட அப்சல் தனது அறிக்கையில் தெரிவிக்கிறார்.

கீலானியின் தம்பி பிஸ்மில்லா தில்லியில் – லோடி வீதி காவல் நிலையத்தில் – சட்டவிரோதமாகத் தடுத்துவைக்கப் பட்டிருந்த அதே நேரத்தில், அப்சல், சவுகத் இருவரதும் கைதுப் பத்திரங்களில் ஒப்பமிட்டாரென்பது அபத்தமானது. அதேவேளை செல்போன், மடிக்கணினி, 10 லட்சம் ரூபாய் ஆகியவை குறித்த பறிமுதல் பத்திரத்தில் ஒப்பமிட்ட சாட்சிகள் இருவரும் ஜம்மு–காஷ்மீர் காவல் துறையைச் சேர்ந்தவர்கள். அவர்களுள் ஒருவர் தலைமைக் காவலர் முகமது அக்பர் (அரசு வழக்கறிஞர் தரப்புச் சாட்சி 62.) அவரை அப்சலுக்குத் தெரியுமென்பதை நாம் பின்னர் கண்டுகொண்டோம். அவர் வெறுமனே கடந்துசென்ற ஒரு மூத்த போலீஸ்காரர் அல்ல. தாங்கள் அப்சலையும் சவுகத்தையும் முதன்முதல் பரிம்புரா பழ மண்டியிலேயே கண்டதாக ஜம்மு–காஷ்மீர் காவல் துறை யினரே ஒப்புக்கொண்டுள்ளனர். ஆனால் அவர்களை அங்கே

வைத்து இவர்கள் கைதுசெய்யவில்லை. அதற்கான காரணங் களையும் இவர்கள் தெரிவிக்கவில்லை. பொதுமக்கள் குறைந்த – பகிரங்க சாட்சிகள் இல்லாத – இடம் ஒன்றுக்கு அவர்களைப் பின்தொடர்ந்து சென்றதாக இவர்கள் தெரிவிக்கிறார்கள்.

அரசுதரப்பு வழக்குவாதத்தில் இது இன்னொரு பெரிய முரண்பாடு. இது குறித்து உயர் நீதிமன்றம், 'குற்றஞ்சாட்டப் பட்டவர்கள் கைதுசெய்யப்பட்ட நேரம் குழப்பம் மிக்கதாய் உள்ளது' என்று அதன் தீர்ப்பில் குறிப்பிட்டுள்ளது. இவ்வாறு மறுத்துரைக்கப்படும் நேரத்திலும் இடத்திலும் அப்சலைக் கைதுசெய்யும்போதே அவரை இச்சதியில் சம்பந்தப்படுத்தும் அதிமுக்கிய சான்றுகளாகிய செல்போனையும் மடிக்கணினியை யும் மீட்டதாகக் காவல் துறை வாதாடுவது அதிர்ச்சி அளிக்கிறது. கைதுசெய்த தேதி, இடம், குற்றப்படுத்துவதற்கு ஏதுவாகப் பறிமுதல் செய்யப்பட்டதாகக் கூறப்படும் மடிக்கணினி, 10 லட்சம் ரூபாய் பணம் ஆகியவை குறித்தும் நம் முன் இருப்பது: ஒருபுறம் காவல்துறையின் கூற்று, மறுபுறம் ஒரு 'பயங்கரவாதி யின்' கூற்று.

பறிமுதல்கள் தொடர்கின்றன: உள் துறை அமைச்சகத்தின் போலி அனுமதிச்சீட்டு, போலி அடையாள அட்டை என்பன வற்றை உருவாக்கிய கோப்புகள், கைப்பற்றப்பட்ட மடிக் கணினியில் காணப்பட்டதாகக் காவல் துறை தெரிவித்தது. வேறு பயனுள்ள தகவல் எதுவும் அதில் இருக்கவில்லை. அப்சல் அதைக் காசி பாபாவிடம் திருப்பி ஒப்படைப்பதற்காக ஸ்ரீநகருக்குக் கொண்டுசென்றதாகக் காவல் துறை தெரிவித்தது. அக்கணினியின் ஹார்டு டிஸ்க் 2002 ஜனவரி 16 அன்று (கைப்பற்றி ஒரு முழு மாதம் கழித்து) மூடி முத்திரையிடப் பட்டதாகப் புலன்விசாரணை அதிகாரி ஏ.சி.பி. ராஜ்பிர் சிங் தெரிவித்தார். ஆனால் அதன் பின்னரும் அக்கணினி கையாளப் பட்டதை அக்கணினியே காட்டுகிறது. அதை நீதிமன்றங்கள் கருத்தில் கொண்டும்கூடப் புரிந்துணரவில்லை.

(ஊகத்தின் அடிப்படையில் எழும் வினாக்கள்: குற்றப் படுத்தும் வண்ணம் கணினியில் காணப்பட்ட ஒரேயொரு தகவல், போலி அனுமதிச் சீட்டுகளையும் அடையாள அட்டை களையும் ஆக்கப் பயன்படுத்திய கோப்புகள் பற்றியதே என்பது விசித்திரமாக இல்லையா? அத்துடன் நாடாளுமன்றக் கட்டடத் தைக் காட்டும் Zee TV தொலைக்காட்சிப் படநறுக்கு வேறு. குற்றப்படுத்தும் வேறு தகவல் அழிக்கப்பட்டதென்றால், இது ஏன் அழிக்கப்படவில்லை? சர்வதேசப் பயங்கரவாத அமைப்பு ஒன்றின் நடவடிக்கைத் தலைவராகிய காசி பாபாவுக்கு எதற்காக

மோசமான படங்களுடன் கூடிய ஒரு மடிக்கணினி அத்துணை அவசரமாகத் தேவைப்பட்டது?)

செல்போன் அழைப்புப் பதிவுகளைக் கருத்தில் கொள்ளவும்: காவல் துறையின் சிறப்புப் பிரிவு முன்வைத்த 'வலுவான சான்றுகள்' பலவற்றை உற்றுநோக்கும்போது அவை ஐயுறத் தக்கவையாகவே தென்படுகின்றன. மீட்கப்பட்ட செல்போன்கள், சிம் கார்டுகள், தொலைபேசி அழைப்புகளின் கணினிப் பதிவுகள், செல்போன் நிறுவனப் பணியாளர்களின் சாட்சியங்கள், அப்சலுக்கும் அவருக்கு உடந்தையாய் இருந்தவர்களுக்கும் தொலைபேசிகள், சிம் கார்டுகள் விற்ற கடைக்காரர்களின் சாட்சியங்கள் என்பனவே அரசுத் தரப்பு வாதத்தின் அடித்தளம். தாக்குதல் நிகழ்ந்த வேளை நெருங்கும்வரை சவுகத், அப்சல், கீலானி, (இறந்த தீவிரவாதிகளுள் ஒருவராகிய) முகமது ஆகியோர் ஒருவருடன் ஒருவர் தொடர்புகொண்டதாகக் காட்டுவதற்கு முன்வைக்கப்பட்ட தொலைபேசி அழைப்புப் பதிவுகள் அத்தாட்சிப்படுத்தப்படாத கணினி அச்சுப் படிகளே. தொலைபேசி அழைப்புப் பதிவுகளின் மூல ஆவணத்தின் பிரதியாய்க்கூட அவை இல்லை. அவை கணினியில் உரைக் கோப்புகளாகச் சேமிக்கப்பட்ட கணினி பில்லிங்கில் பெறப்பட்ட ரசீதுகளே. எந்த வேளையிலும் அவற்றை எளிதாக மாற்றியமைத்திருக்க முடியும். எடுத்துக்காட்டாக, சிம் கார்டிலிருந்து திட்டவட்டமாக ஒரே நேரத்தில் இரு தொலைபேசி அழைப்புகள் விடுக்கப்பட்டதைத் தொலைபேசி அழைப்புப் பதிவுகள் காட்டுகின்றன. ஆனால் அவை வெவ்வேறு IMEI எண்கள் கொண்ட வெவ்வேறு கைப்பேசிகளிலிருந்து விடுக்கப்பட்டவை. இதன் கருத்து என்னவென்றால், ஒன்று போலி சிம் கார்டு உருவாக்கப்பட்டிருக்க வேண்டும் அல்லது தொலைபேசி அழைப்புப் பதிவுகள் மாற்றம் செய்யப்பட்டிருக்க வேண்டும்.

சிம் கார்டு கவனத்தில் இருக்கட்டும்: தான் சொல்லும் கதையை நம்பவைக்க 9811489429 என்னும் செல்போன் எண்ணை அரசு வழக்கறிஞர் தரப்பு பெரிதும் சார்ந்துள்ளது. இது அப்சலின் எண் – அப்சல் முகமதுவுடன், அப்சல் சவுகத்துடன், சவுகத் கீலானியுடன் தொடர்புகொள்ளப் பயன்படுத்திய எண் – என்று காவல்துறை கூறுகிறது. இறந்த பயங்கரவாதிகளின் உடல்களிலிருந்து மீட்கப்பட்ட அடையாள அட்டைகளின் பின்புறத்தில் இந்த எண் எழுதப்பட்டிருந்ததாகவும் காவல் துறை தெரிவிக்கிறது. எவ்வளவு வசதி பாருங்கள்: பூனைக் குட்டியைக் காணவில்லை! அம்மாவை அழைக்கத் தொலைபேசி இலக்கம்: *9811489429.*

குற்றம் நடந்த இடத்தில் திரட்டப்படும் சான்றுகளை வழக்கமான நடைமுறையின்படி மூடிமுத்திரையிட்டிருக்க வேண்டுமென்பது குறிப்பிடத்தக்கது. அடையாள அட்டைகள் மூடி முத்திரையிடப்படவில்லை. அவை காவல்துறையிடம் தான் இருந்தன. எந்த வேளையிலும் அவற்றை மாற்றியமைக்க முடிந்திருக்கும்.

9811489429 உண்மையில் அப்சலின் எண் என்பதற்குக் காவல்துறையிடம் உள்ள ஒரேயொரு சான்று அப்சலின் ஒப்புதல் வாக்குமூலமே. அது ஓர் அத்தாட்சியே அல்ல என்பதை நாம் ஏற்கெனவே கண்டுகொண்டோம். சிம் கார்டு என்றுமே கண்டறியப்படவில்லை. அரசு வழக்கறிஞர் தரப்புச் சாட்சி யாக கமல் கிஷோர் என்பவரைக் காவல் துறை நிறுத்தியது. அவர் அப்சலை அடையாளம் காட்டினார். 2001 டிசம்பர் 4 அன்று அப்சலுக்கு மோட்டொரோலா கைப்பேசி ஒன்றும் சிம் கார்டு ஒன்றும் விற்றதாக அவர் கூறினார். எனினும் அதே சிம் கார்டு ஏற்கெனவே, நவம்பர் 6 அன்றே, அப்சல் அதை வாங்கியதாகக் கொள்ளப்படுவதற்கு ஒரு முழு மாதத் துக்கு முன்னரே, உபயோகத்தில் இருந்ததை அரசு வழக்கறிஞர் தரப்பு பயன்படுத்திய தொலைபேசி அழைப்புப் பதிவுகளே காட்டுகின்றன! ஆகவே, ஒன்று மேற்படி சாட்சி பொய் சொல்கிறார், அல்லது தொலைபேசி அழைப்புப் பதிவுகள் பொய்யானவை. மேற்குறித்த அதே சிம் கார்டை அல்ல, ஏதோ ஒரு சிம் கார்டை அப்சலுக்கு விற்றதாகவே கமல் கிஷோர் கூறினாரென்று உயர் நீதிமன்றம் இந்த முரண்பாட்டைப் பூசி மெழுகுகிறது. '2001 டிசம்பர் 4ஆம் தேதிக்கு முன்னரே அப்சலுக்கு சிம் கார்டு விற்கப்பட்டிருக்க வேண்டும்' என்று உச்ச நீதிமன்றம் அதன் தீர்ப்பில் பெருமையுடன் தெரிவிக்கிறது.

குற்றஞ்சாட்டப்பட்டவர் அடையாளம் காணப்பட்டதைக் கவனிப்போம்: அரசு வழக்கறிஞர் தரப்புச் சாட்சிகளின் வரிசையில் பெரும்பாலானோர் கடைக்காரர்கள். அமோனியம் நைட்ரேட், அலுமினியம் தூள், கந்தகம், சுஜாதா மிக்ஸி, உலர்பழப் பாக்கெட்டுகள் முதலிய பொருட்களை அப்சலுக்கு விற்றதாகச் சொல்லி அவரை அவர்கள் அடையாளம் காட்டி னார்கள். வழக்கமான நடைமுறையின்படி பலர் கலந்து கொள்ளும் அடையாள அணிவகுப்புத தேர்வு ஒன்றில் அப்சலைக் கடைக்காரர்கள் அடையாளம் காட்டியிருக்க வேண்டும். ஆனால் அப்படி நடக்கவில்லை. மாறாக, அப்சல் காவல் துறையின் தடுப்புக்காவலில் இருந்தபோது, அவர்களை அக்கடைகளுக்குக் 'கூட்டிச்சென்ற' போதே, நாடாளுமன்றம்

மீதான தாக்குதலில் குற்றஞ்சாட்டப்பட்டவர்களுள் அப்சல் ஒருவரென்று சாட்சிகளுக்கு அறிமுகப்படுத்தப்பட்டபோதே அவர் அடையாளம் காட்டப்பட்டார். (அவர் காவல் துறையினரைக் கடைகளுக்குக் கூட்டிச்சென்றாரா, அல்லது காவல் துறையினர் அவரைக் கடைகளுக்குக் கூட்டிச்சென்றனரா என்று கேட்க நாம் அனுமதிக்கப்படுவோமா? எப்படித்தான் கூட்டிக் கழித்துப் பார்த்தாலும் அவர்அவர்களின் தடுப்புக் காவலில்தான் இருந்தார், சித்திரவதைக்கு உட்படக்கூடிய நிலையில் தான் இருந்தார். இத்தகைய சூழ்நிலையில் அவரிடமிருந்து பெற்றுக்கொள்ளப்பட்ட ஒப்புதல் வாக்குமூலம் சட்ட நியாயப்படி ஐயுறத்தக்கது என்றால், இவை முழுவதையுமே ஏன் ஐயுறத்தக்கதாகக் கொள்ளக் கூடாது?)

நடைமுறை விதிமுறைகள் மீறப்பட்டதை நீதிபதிகள் கருத்தில் கொண்டுள்ளார்கள். எனினும் அவர்கள் அவற்றை மிக முக்கியமானவையாகக் கருதவில்லை. பொதுமக்கள் ஓர் அப்பாவிமீது பொய்யாகப் பழிசுமத்த வேண்டிய காரணம் எதையும் தாங்கள் காணவில்லை என்று நீதிபதிகள் கூறினார்கள். அது செல்லுபடியாகுமா? குறிப்பாக இந்த வழக்கில் பொதுமக்கள் ஓர் ஊடகப் பிரச்சார வெறியாட்டத்துக்கு உட்படுத்தப்பட்ட சூழ்நிலையில் அது செல்லுபடியாகுமா? சாதாரணக் கடைக்காரர்கள், குறிப்பாக 'ரகசிய சந்தையில்' பில் வழங்காமல் மின்னணுப் பொருட்களை விற்பவர்கள் தில்லிக் காவல் துறைக்குக் கடமைப்பட்டவர்கள் என்ற விவரத்தைக் கருத்தில் கொள்ளும்போது, அது செல்லுபடியாகுமா?

இதுவரை நான் எடுத்துரைத்த முரண்பாடுகள் எவையுமே எனது அற்புத துப்பறியும் பணியின் விளைவாகாது. இவற்றுள் பெரும்பாலானவை நிர்மலங்சு முக்கர்ஜி எழுதிய *December 13: Terror Over Democracy* என்ற தலைசிறந்த நூலிலும் People's Union for Democratic Rights, Delhi, வெளியிட்ட (Trial of Errors, Balancing Act ஆகிய) இரு அறிக்கைகளிலும் எல்லாவற்றுக்கும் மேலாக விசாரணை நீதிமன்றம், உயர் நீதிமன்றம், உச்ச நீதிமன்றம் என்பனவற்றின் தீர்ப்புகள் அடங்கிய மூன்று பெரிய தொகுப்புகளிலும் இடம்பெற்றுள்ளன. இவை எனது மேசையில் இருப்பவை; எல்லாம் பகிரங்க ஆவணங்கள். வெளியிடப்பட வேண்டிய இத்தகைய ஆவணங்கள் மண்டிக் கிடக்கையில், விவரமறியாத ஆட்களுக்கும் பேராசைபிடித்த அரசியல்வாதிகளுக்கும் இடையே நிகழும் பிரயோஜனமற்ற விவாதங்களை ஒளிபரப்புவதில் நமது தொலைக்காட்சி ஊடகங்கள் மும்முரமாய் ஈடுபடுவது ஏன்? முகமது அப்சலைத் தூக்கிலிடுபவர் யார், அவரைத் தூக்கிலிடப் பயன்படும் கயிற்றின் நீளம்

(60 அடி), எடை (3.75 கிலோகிராம்) போன்ற கொடூரமான விவரங்களை, நமது செய்தித்தாள்கள் முன்பக்கச் செய்திகளாக வெளியிடுவது ஏன்? ஒருகணம் ஆடாமல் அசையாமல் நின்று சுதந்திர ஊடகங்களை வாழ்த்தி ஒருசில பாட்டுகளைப் பாடுவோமா?

○

காவல் துறையினர் நல்லவர்கள் / பயங்கரவாதிகள் தீயவர்கள் என்னும் பார்வையிலிருந்து ஒருகணமேனும் கருத்தளவில் உங்களால் விடுபட முடியுமானால், விடுபடுங்கள். சித்தாந்தச் ஜோடனையின்றி முன்வைக்கப்படும் சான்றுகளை மட்டும் பார்த்தால் பயங்கர சாத்தியங்களுடன் கூடிய ஒரு பாதாளம் தெரிகிறது. நம்மில் அநேகர் பார்க்க விரும்பாத திசைகளை அது சுட்டிக்காட்டுகிறது.

முழு வழக்கிலும் மிகவும் புறக்கணிக்கப்பட்ட சட்ட ஆவணத்துக்கான பரிசைக் குற்றவியல் சட்டப்பிரிவு 313இன் கீழ் குற்றஞ்சாட்டப்பட்ட முகமது அப்சல் அளித்த வாக்கு மூலத்துக்கே அளிக்க வேண்டும். இந்த ஆவணத்தில் அவருக்கு எதிரான சான்றுகள் நீதிமன்றத்தால் வினாக்களாக அவரிடம் கேட்கப்படுகின்றன. சான்றுகளை அவர் ஏற்கலாம் அல்லது மறுக்கலாம். தாக்குதல் பற்றிய தனது கதையைத் தனது சொந்த மொழியில் முன்வைக்கும் வாய்ப்பு அவருக்கு அளிக்கப்படுகிறது. தனது வழக்கில் தனது கதையைக் கூற அப்சலுக்கு என்றுமே உண்மையான வாய்ப்பு அளிக்கப்படவில்லை. இந்த ஆவணமே அவருடையக் கதையை அவருடைய குரலில் கூறுகிறது.

அரசு வழக்கறிஞர் தரப்பு அப்சலுக்கு எதிராக முன்வைத்த குற்றச்சாட்டுகள் சிலவற்றை இந்த ஆவணத்தில் அவர் ஏற்றுக்கொள்கிறார். தாரிக் என்பவரைத் தான் சந்தித்ததை அப்சல் இதில் ஏற்றுக்கொள்கிறார். தாரிக் தன்னை முகமது என்பவருக்கு அறிமுகப்படுத்தியதை அப்சல் இதில் ஏற்றுக்கொள்கிறார். முகமது தில்லி வரவும் பிறர் பயன்படுத்திய வெள்ளை அம்பாசடர் கார் ஒன்றை வாங்கவும் தான் உதவியதை அப்சல் இதில் ஏற்றுக்கொள்கிறார். தாக்குதலில் கொல்லப்பட்ட ஐந்து தீவிரவாதிகளுள் முகமது ஒருவர் என்பதை அப்சல் இதில் ஏற்றுக்கொள்கிறார். குற்றஞ்சாட்டப்பட்டவர் என்ற வகையில் அப்சல் அளித்த வாக்குமூலத்தில் அவர் அக்குற்றச்சாட்டிலிருந்து தன்னை முற்றிலும் விடுவிக்கவோ தன்னைக் குற்றமற்றவரென்று நிலைநாட்டவோ முயலவில்லை என்பது ஒரு முக்கியமான விஷயம். எனினும் தனது செயல்களை அவர் மேற்கொண்ட சூழ்நிலை அவருக்குத் தீங்காய்

அமைகிறது. நாடாளுமன்றம் மீதான தாக்குதலில் அப்சல் வகித்த மேலோட்டமான பங்கை அவருடைய வாக்குமூலம் விளக்கியுரைக்கிறது. எனினும் புலன்விசாரணை ஏன் சோடை போனது? மிகவும் முக்கியமான தருணங்களில் அது ஏன் முடங்கிவிடுகிறது? இதை வெறும் திறமையின்மை என்றோ சோடைபோதல் என்றோ நாம் தட்டிக்கழிக்காமல் இருப்பது ஏன் மிகவும் முக்கியமானது? இவற்றுக்குச் சாத்தியமான காரணங்கள் சிலவற்றைப் புரிந்துகொள்வதற்கு அப்சலின் வாக்குமூலம் வழிவகுக்கிறது. நாம் அப்சலை நம்பாவிட்டாலும் கூட, வழக்கு விசாரணை பற்றியும் காவல் துறையின் சிறப்புப் பிரிவு வகித்த பங்கு பற்றியும் நாம் அறிந்துகொண்டவற்றைக் கருத்தில் கொள்ளும்போது, அப்சல் சுட்டிக்காட்டும் திசையில் நாம் பார்க்காமல் போவது மன்னிக்கத்தக்கதல்ல. பெயர்கள், இடங்கள், தேதிகள் உட்படத் திட்டவட்டமான தகவல்களை அவர் முன்வைக்கிறார். (முன்வைப்பது எளிதான காரியமாய் இருந்திருக்க முடியாது. தனது வாக்குமூலத்தில் அவர் குறிப்பிடும் நபர்களுக்கு, காஷ்மீரில் வசிக்கும் அவருடைய குடும்பத்தவர்கள், அவருடைய சகோதரர்கள், அவருடைய மனைவி, அவருடைய இளவயது மகன் அனைவரும் இரையாகக் கூடும் அல்லவா?)

அப்சலின் மொழியில்

> நான் ஜம்மு–காஷ்மீரில் சோபோர் என்ற இடத்தில் வசிக்கிறேன். 2000ஆம் ஆண்டு அங்கு நான் இருந்தபோது அநேகமாக ஒவ்வொருநாளும் படையினர் என்னைத் தொந்தரவு செய்தார்கள் ... தீவிரவாதிகள் பற்றித் தனக்கு தகவல் தர வேண்டுமென்று ராஜா மோகன் ராய் என்பவர் என்னிடம் சொல்வது வழக்கம். நான் சரணடைந்த ஒரு தீவிரவாதி. முன்னாள் தீவிரவாதிகள் எல்லோரும் ஞாயிறு தோறும் படை முகாம் வரவேட்டில் பதிய வேண்டும். நான் உடற் சித்திரவதைக்கு உள்ளாகவில்லை ... வெறுமனே அவர் என்னைப் பயமுறுத்தி வந்தார். என்னைக் காப்பாற்றிக்கொள்வதற்காக நான் செய்தித்தாளில் திரட்டும் சிறு தகவலை அவரிடம் கொடுத்து வந்தேன். 2000 ஜூன் / ஜூலை மாத காலப்பகுதியில் என் கிராமத்தை விட்டு பரமுல்லா நகரத்துக்கு நான் குடிபெயர்ந்தேன். அறுவைச் சிகிச்சைக் கருவிகள் விற்கும் கடை ஒன்றை வைத்திருந்தேன். தரகு முறைப்படி அதை நடத்திவந்தேன். ஒருநாள் ஸ்கூட்டரில் நான் போய்க்கொண்டிருந்தபோது சிறப்பு நடவடிக்கைப் படையினர் (STF) வந்து என்னைப் பிடித்துக் கொண்டுபோய்த் தொடர்ந்து ஐந்து நாட்கள் சித்திரவதை செய்தார்கள். திரும்பவும் நான் தீவிரவாத

நடவடிக்கைகளில் ஈடுபடுவதாக யாரோ அவர்களுக்குத் தகவல் தெரிவித்திருக்கிறார்கள். அந்த நபர் என்னை எதிர்கொண்ட பிறகு என் முன்னிலையில் அவர் விடுதலை செய்யப்பட்டார். என்னை அவர்கள் 25 நாட்கள் தடுப்புக் காவலில் வைத்திருந்த பிறகு, அவர்களுக்கு 1 லட்சம் ரூபாய் செலுத்தி என்னை விடுவித்துக்கொண்டேன். காவல் துறையின் சிறப்புப் பிரிவினர் இந்தச் சம்பவத்தை உறுதிப்படுத்தியுள்ளார்கள். அதன் பிறகு STF எனக்கொரு சான்றிதழ் தந்தது. அத்துடன் ஆறு மாதங்கள் அவர்கள் என்னை சிறப்புக் காவல் அதிகாரியாக வைத்திருந்தார்கள். நான் அவர்களுக்கு வேலைசெய்ய மாட்டேன் என்பது அவர்களுக்குத் தெரியும். பல்ஹலன் STF முகாமில் என்னை அவர்கள் தடுப்புக் காவலில் வைத்திருந்தார்கள். STF முகாமில் தாரிக் என்னை வந்து சந்தித்தார். பிறகு ஸ்ரீநகரில் என்னைச் சந்தித்த தாரிக், அடிப்படையில் தானும் STFக்கே வேலைசெய்வதாக என்னிடம் தெரிவித்தார். நானும் STFக்கே வேலைசெய்வதாக அவரிடம் தெரிவித்தேன். நாடாளுமன்றத் தாக்குதலில் கொல்லப்பட்ட முகமது, தாரிக்குடன் இருந்தார். தான் காஷ்மீரில் கேரன் பகுதியைச் சேர்ந்தவரென்று தாரிக் என்னிடம் தெரிவித்தார். முகமது கொஞ்ச காலம் கழித்து வெளிநாடு செல்லப் போகிறார், எனவே அவரைத் தில்லிக்குக் கொண்டுசெல்ல வேண்டுமென்று தாரிக் என்னிடம் கேட்டுக்கொண்டார். 2001 டிசம்பர் 15 அன்று ஸ்ரீநகர் காவல் துறை என்னை கைதுசெய்தது. ஏனென்று எனக்குத் தெரியாது. நான் வீடு திரும்புவதற்காக ஸ்ரீநகர் பேருந்து நிலையத்தில் ஒரு பேருந்தில் ஏறியபோது ஸ்ரீநகர் காவல் துறை என்னைப் பிடித்தது. ஸ்ரீநகரில் என்னையும் சவுகத்தையும் கைது செய்ததாக நீதிமன்றத்தில் வாக்குமூலம் அளித்த சாட்சியான அக்பர் 2001 டிசம்பர் மாதத்துக்கு கிட்டத்தட்ட ஓராண்டு முன்னதாக எனது கடையைத் திடீர் சோதனையிட்டு, நான் போலி அறுவைச் சிகிச்சைக் கருவிகள் விற்பதாகச் சொல்லி, என்னிடமிருந்து 5,000 ரூபாயை எடுத்துச் சென்றவர். சிறப்புப் பிரிவில் நான் சித்திரவதை செய்யப்பட்டேன். பூப் சிங் என்பவர் என்னைச் சிறுநீர் குடிக்குமாறு பலவந்தப்படுத்தினார். எஸ்.ஏ.ஆர். கீலானியின் குடும்பம் அங்கிருந்ததைக் கண்டேன். கீலானியைப் பார்க்கப் பரிதாபமாக இருந்தது. அவரால் நிற்கக்கூட முடியவில்லை. எங்களை மருத்துவப் பரிசோதனைக்கு அழைத்துச் சென்றார்கள். ஆனால், எல்லாம் நல்லபடியாகவே உள்ளன என்று மருத்துவரிடம் தெரிவிக்க வேண்டு

மென்று எங்களிடம் அறிவுறுத்தியிருந்தார்கள். அப்படிச் செய்யாவிட்டால் திரும்பவும் சித்திரவதை செய்யப்படு வோமென்று எங்களைப் பயமுறுத்தியிருந்தார்கள்.

பிறகு மேலும் கொஞ்சத் தகவல் சேர்க்க நீதிமன்றத்தின் அனுமதியை அவர் நாடுகிறார்:

> நாடாளுமன்றம் மீதான தாக்குதலில் கொல்லப்பட்ட முகமது காஷ்மீரிலிருந்து என்னுடன் வந்தவர். அவரை என்னிடம் ஒப்படைத்த தாரிக் பாதுகாப்புப் படையுட னும் STF JK காவல் துறையுடனும் பணியாற்றுபவர். தனக்குப் பாதுகாப்பு படையினரையும் STF படையினரை யும் நன்கு தெரியுமென்றும் முகமது தொடர்பாக எனக்கு ஏதாவது பிரச்சினை ஏற்பட்டால், தான் உதவுவதாகவும் அவர் என்னிடம் தெரிவித்தார் ... முகமதுவைத் தில்லியில் கொண்டுபோய் இறக்கிவிட்டால் போதும் என்றும் நான் வேறெதுவுமே செய்ய வேண்டியதில்லை என்றும் அவர் என்னிடம் தெரிவித்தார். நான் முகமதுவைத் தில்லிக்குக் கொண்டுபோகாவிட்டால், வேறு சம்பவம் எதிலும் என்னைச் சம்பந்தப்படுத்தக்கூடுமென்றும் அவர் தெரிவித்தார். அத்தகைய சூழ்நிலையில், முகமது ஒரு பயங்கரவாதி என்பதை அறியாமல், பலவந்தத்துக்கு உட்பட்டு முகமதுவை நான் தில்லிக்குக் கொண்டுவந்தேன்.

முக்கியப் பங்கு வகித்திருக்கக்கூடிய ஒருவரின் முழு விவரமும் இப்போது நமது முன்பு விரிகிறது: அப்சல் கைது செய்யப்பட்டபோது பறிமுதல் பத்திரத்தில் ஒப்பமிட்ட 'சாட்சி அக்பர்' (அரசு வழக்கறிஞர் தரப்புச் சாட்சி 62), முகம்மது அக்பர், பரிம்பொரா காவல் நிலைய தலைமைக் காவலர், ஜம்மு-காஷ்மீர் காவல்துறையினரின் விவரமே அது. தனது விசாரணையின் ஒரு கட்டத்தில் தான் எதிர்கொண்ட கொடிய கணம் ஒன்றை, உச்ச நீதிமன்றத்தில் தனக்காக வாதாடிய சுஷில் குமாருக்கு எழுதிய கடிதம் ஒன்றில், அப்சல் விவரிக் கிறார். பறிமுதல் பத்திரம் குறித்து சாட்சியம் அளிக்கவென ஸ்ரீநகரிலிருந்து வந்த சாட்சியாகிய அக்பர் நீதிமன்றத்தில் வைத்து காஷ்மீரி மொழியில் அப்சலிடம் உங்களுடைய குடும்பம் நலமாக இருக்கிறது என்று உறுதியளித்தார். இது ஒரு மறைமுக அச்சுறுத்தல் என்பதை அப்சல் உடனடியாகவே புரிந்துகொண்டார். அவர் ஸ்ரீநகரில் வைத்துக் கைதுசெய்யப் பட்டதாகவும் அதன் பிறகு பரிம்பொரா காவல் நிலையத் துக்குக் கொண்டுசெல்லப்பட்டதாகவும் அங்கு அவர் தாக்கப் பட்டதாகவும் அவர்களுடன் ஒத்துழைக்காவிட்டால்,

அவருடைய மனைவியும் குடும்பத்தினரும் கடுமையான விளைவுகளுக்கு உள்ளாவார்களென்று தெளிவுபடத் தெரிவிக்கப்பட்டதாகவும் அப்சல் கூறுகிறார். (முக்கியமான சில மாதங்களாக அப்சலின் சகோதரர் ஹிலால் சட்ட விரோதமான முறையில் SOGயால் தடுப்புக் காவலில் வைக்கப்பட்டிருந்தாரென்பதை ஏற்கெனவே நாம் கண்டுகொண்டோம்.)

STF முகாமில் தன் ஆண்குறியினுள் மின்முனையும் குதத்தினுள் மிளகாயும் பெட்ரோலும் செலுத்தித் தான் சித்திரவதை செய்யப்பட்ட விதத்தையும் மேற்படி கடிதத்தில் அப்சல் விவரிக்கிறார். தில்லியில் தனக்காக ஒரு 'சின்ன வேலை' செய்து தர வேண்டுமென்று கூறிய காவல்துறைத் துணைக் கண்காணிப்பாளரின் (DSP) பெயர் திரவிந்தர் சிங் என்று அப்சல் கூறுகிறார். குற்றச்சாட்டுப் பத்திரத்தில் குறிப்பிடப்பட்ட தொலைபேசி எண்கள் சிலவற்றைத் தடமொற்றிச் சென்றால், அவை காஷ்மீரில் இருக்கும் STF முகாம் ஒன்றின் எண்களென்பதைக் கண்டறிய முடியுமென்றும் அவர் தெரிவிக்கிறார்.

காஷ்மீர் பள்ளத்தாக்கில் நிலவும் வாழ்வின் உண்மைத் தோற்றத்தை அப்சலின் கதை ஒரு மின்னல் வெளிச்சத்தில் நமக்குக் காட்டுகிறது. காஷ்மீரில் பாதுகாப்புப் படைகள் தீவிரவாதிகளுடன் மோதுவது பற்றியும் அப்பாவி மக்கள் இடைநடுவில் அகப்படுவது பற்றியும் நமது செய்தித்தாள்கள் வெளியிடும் சிறுவர் பதிப்பில் நாம் வாசிக்கிறோம். வயது வந்தவர்களுக்கான பதிப்பில் காஷ்மீர் என்பது தீவிரவாதிகள், கட்சிமாறிகள், பாதுகாப்புப் படைகள், காட்டிக் கொடுப்போர், தகவல் கொடுப்போர், ஒற்றர்கள், அச்சுறுத்திப் பணம் பறிப்போர், அஞ்சிப் பணம்செலுத்துவோர், கப்பம் வசூலிப்போர், உளவாளிகள், இந்திய மற்றும் பாகிஸ்தானிய உளவுக் குழுமங்கள், மனித உரிமைப் பணியாளர்கள், அரசு சாரா அமைப்புகள், கற்பனை செய்தே பார்க்க முடியாவாறு எங்கிருந்தோ பெருக்கெடுத்த பணம், ஆயுதங்கள் போன்றவை நிரம்பிவழியும் பள்ளத்தாக்கு என்று நாம் வாசிக்கிறோம். எல்லா வேளைகளிலும், இவை எல்லாவற்றையும், இவர்கள் எல்லோரையும் தெளிவாக வேறு படுத்திக்காட்டும் எல்லைக் கோடுகள் கிடையா. யார் யாருக்காகப் பணியாற்றுகிறாரென்று கூறுவது எளிதல்ல.

காஷ்மீரில் வேறெதையும் விட உண்மையே மிகவும் ஆபத்தானது எனலாம். நாம் எவ்வளவு ஆழத்துக்குக் கிளறுகிறோமோ அவ்வளவு தூரம் ஆபத்து மோசமடைகிறது. அப்சல் விவரிக்கும் SOG, STF ஆட்கள் அந்தக் கிடங்கின் அடியில்

காஷ்மீர்: சீற்றம் பொதிந்த பார்வை

நிலைகொண்டுள்ளார்கள். இவர்களே காஷ்மீரில் இயங்கும் இந்தியப் பாதுகாப்புப் பிரிவின் அறவே ஈவிரக்கமற்ற, ஒழுக்கம் கெட்ட, பயங்கரப் பிரிவினர். தம்மைவிட முறைமை மிகுந்த படைகள் போலன்றி இவர்கள் மங்கலான பகுதி ஒன்றில் இயங்கும் ஆட்கள். இந்த மங்கலான பகுதியில் தான் காவல் துறையினர், சரணடைந்த தீவிரவாதிகள், கட்சிமாறிகள், சாதாரணக் குற்றவாளிகள் செயற்பட்டு வருகிறார்கள். குறிப்பாகக் காஷ்மீரின் கிராமப்புறங்களில் வாழும் உள்ளூர்வாசிகளை அவர்கள் இரைகொண்டு வருகிறார்கள். 1990களின் தொடக்கத்தில் கிளர்ந்தெழுந்து குழப்பம் விளைவித்து, பின்னர் சரணடைந்து, வழக்கமான வாழ்வு வாழ முயலும் ஆயிரக் கணக்கான காஷ்மீர் இளைஞர்களே அவர்களுக்குப் பெரிதும் பலியாகிவருகிறார்கள்.

1989ஆம் ஆண்டு அப்சல் எல்லை கடந்து பயிற்சிபெறச் சென்றபோது, அவருக்கு இருபது வயதே ஆகியிருந்தது. அவர் ஏமாந்த அனுபவத்துடன், பயிற்சி பெறாது திரும்பி வந்தார். தனது துப்பாக்கியைக் கைவிட்டு, தில்லிப் பல்கலைக்கழகத்தில் மாணவராகப் பதிவுசெய்தார். என்றுமே தீவிரவாதியாகச் செயற்படாத அப்சல் 1993ஆம் ஆண்டு எல்லைப் பாதுகாப்புப் படையிடம் மனமுவந்து சரணடைந்தார். அந்தக் கட்டத்தில் தான், நியாயப் பிரமாணத்துக்கு அப்பாற்பட்ட முறையில், அவருக்குப் பயங்கர அனுபவங்கள் நேரத்தொடங்கின. சரணடைந்ததே அவர் புரிந்த குற்றமாகக் கொள்ளப்பட்டது. அவர் வாழ்வு நரகமாகியது. தங்கள் ஆயுதங்களை ஒப்படைத்து, இந்திய அரசு தரும் எண்ணிலடங்காக் கொடுமைகளுக்கு அடி பணிவது வெறும் மடத்தனம் மட்டுமல்ல, பைத்தியக்காரத் தனமும்கூட என்ற பாடத்தைக் காஷ்மீர் இளைஞர்கள் அப்சலின் கதையிலிருந்து கற்றுக்கொண்டால், அவர்களை யாரும் குறை கூற முடியுமா?

அப்சலின் கதையே காஷ்மீரிகளின் கதையும். ஆதலால் தான் அப்சலின் கதை காஷ்மீரிகளுக்குச் சீற்றத்தைத் தந்துள்ளது. அவருக்கு நேர்ந்தது, ஆயிரக்கணக்கான காஷ்மீர் இளைஞர் களுக்கும் அவர்களுடைய குடும்பங்களுக்கும் நேர்ந்துகொண் டிருக்கிறது, நேர்ந்துள்ளது. ஒரேயொரு வேறுபாடு இதுவே: கூட்டுப் புலன்விசாரணை நிலையங்கள், படை முகாம்கள், காவல் நிலையங்கள் ஆகியவற்றின் இருட்கிடங்குகளுக்குள் பொசுக்கப்பட்டு, புடைக்கப்பட்டு, மின்பாய்ச்சப்பட்டு, அச்சுறுத்தப்பட்டு, கொல்லப்பட்டு, வழிப்போக்கர்கள் கண்டெடுக்கும் வண்ணம் டிரக்குகளின் பின்புறமிருந்து

உடல்கள் வெளியே வீசப்பட்டே அவர்களின் கதைகள் எழுதப் படுகின்றன. அப்சலின் கதையோ தேசிய அரங்கில், பட்டப் பகலில், ஒரு 'முறையான விசாரணை' என்ற சட்டபூர்வமான இசைவுடன், 'சுதந்திர ஊடகங்களின்' உடந்தையுடன், ஜனநாயகம் எனப்படுவதன் அணிமணிகள், பகட்டாரவாரம் அனைத்துடனும் ஓர் இடைக்கால வரலாற்று நாடகக் காட்சி யாக அரங்கேற்றப்படுகிறது.

அப்சல் தூக்கிலிடப்பட்டால், இந்திய நாடாளுமன்றத்தைத் தாக்கியது யாரென்ற உண்மையான கேள்விக்கான விடையை நாம் என்றுமே அறியப் போவதில்லை: அது லக்ஷ்ஷர்–இ–தொய்பாவா? ஜைஷ்–எ–முகமதா? அல்லது, அதற்கான விடை, நாம் அனைவரும் நமக்கே உரிய விதங்களில் அழகுபட, பின்னிப்பிணைந்து, மாறுபட்டு, குத்துப்பட்டு வாழ்ந்து, நேசித்து, வெறுக்கும் நமது நாட்டின் ரகசிய இதயத்துள் எங்கேயோ ஆழ்ந்து புதையுண்டு கிடக்கிறதா?

டிசம்பர் 13 அன்று நாடாளுமன்றம் மீது நிகழ்த்தப்பட்ட தாக்குதல் குறித்து நாடாளுமன்ற விசாரணை ஒன்று நடத்தப் பட வேண்டும். இந்த விசித்திரமான கதையில் அப்சலின் குடும்பத்தினர் பணயக் கைதிகளாக நலிவடையும் நிலையில் இருக்கிறார்கள். ஆதலால் விசாரணை நடந்துமுடியும் வரை சொபோரில் வசிக்கும் அப்சலின் குடும்பத்தினர் பாதுகாக்கப் பட வேண்டும்.

உண்மையில் என்ன நடந்தது என்பதை அறியாமல் முகமது அப்சலைத் தூக்கிலிடுவது ஒரு துர்ச்செயலாகும். அது எளிதில் மறக்கப்படப் போவதில்லை. அல்லது, மறக்கப்படவே போவ தில்லை. மறக்கப்படவும் கூடாது.

10 விகித வளர்ச்சி கண்டாலும் கூட.

அவுட்லுக், அக்டோபர் 30, 2006

சுடு செய்தி

இந்திய நாடாளுமன்றம் மீதான விசித்திரத் தாக்குதல் பற்றிய செய்திகள் 2001 டிசம்பர் 13 அன்று முதல் 5 ஆண்டுகளாகப் பத்திரிகைகளில் வெளிவந்து கொண்டிருக்கின்றன. அன்று 5 பேர் (அல்லது 6 பேர்) ஒரு வெள்ளை அம்பாசடர் காரை நாடாளுமன்ற வாயிலூடாக உள்ளே செலுத்தி, ஆச்சரியமான அசட்டுத்தனப் பயங்கரவாதத் தாக்குதலை நடத்த முயன்றார்கள்.

அதைத் தொடர்ந்து மேற்கொள்ளப்பட்ட நடவடிக்கைகளான, சான்றுகள் திரட்டல்; தில்லிக் காவல் துறை சிறப்புப் பிரிவின் விரைவான புலன் விசாரணை; குற்றஞ்சாட்டப்பட்டவரைக் கைதுசெய்து, குற்றப்பத்திரிகை முன்வைத்தல்; விரைவு விசாரணை நீதிமன்றத்தில் 40 மாதங்களாக மேற்கொள்ளப்பட்ட நீதிவிசாரணை ஆகியவை அனைத்தும் முற்றிலும் திறம்பட மேற்கொள்ளப்பட்டவையாகத் தென்படுகின்றன.

இவை அனைத்திலும் தாக்கம் செலுத்தும் சொல் 'தென்படுகிறது' என்பதே. நடவடிக்கைகளைக் கருத்தூன்றி அவதானித்தால், ஒரு ஜோடி முகமூடியை நீங்கள் எதிர்கொள்வீர்கள். முதலாவது முகமூடி: முற்றிலும் திறமையான நடவடிக்கை (சரியாக இரண்டு நாட்களுக்குள் குற்றஞ்சாட்டப்பட்டவரைக் கைதுசெய்தமை, துப்பு துலக்கப்பட்டமை); பிறகு முடிச்சு அவிழத் தொடங்கிய போது வெளிப்பட்ட திறமையற்ற முகமூடி (சோடை போன சான்று, நடைமுறை சார்ந்த குறைகள், முக்கிய முரண்பாடுகள்). இவை அனைத்திற்கும் ஏதோ ஒன்று அடிப்படையாய் அமைந்திருக்கிறது. அது மிகவும் தீயது, மிகவும் கவலையளிப்பது. கடந்த சில ஆண்டுகளாக அக்கவலை பெருகி ஐயங்களாகக் குவிந்துள்ளன. அவற்றை அலட்சியப்படுத்த முடியாது.

ஐயங்கள் சீக்கிரமே தலைகாட்டலாயின. 2001, டிசம்பர் 14 அன்று, அதாவது நாடாளுமன்றம் மீதான தாக்குதல் நிகழ்ந்த மறுநாள், தில்லிப் பல்கலைக்கழக இளம் விரிவுரையாளர் எஸ்.ஏ.ஆர்.கீலானியைக் காவல் துறை கைதுசெய்தது. கைது செய்யப்பட்ட நால்வருள் அவரும் ஒருவர். அது அவருக்கு எதிராகப் பதிவு செய்யப்பட்டது. இட்டுக்கட்டப்பட்ட குற்றச் சாட்டு என்று உறுதியாக நம்பி ஆத்திரமடைந்த அவருடன் தொழில் புரிந்தோரும் நண்பர்களும் நந்திதா ஹக்சார் என்ற புகழ்பெற்ற வழக்கறிஞரைத் தொடர்பு கொண்டு, கீலானிக் காக வாதாடும்படி கேட்டுக்கொண்டார்கள். கீலானியின் விசாரணையை நம்பிக்கையான முறையில் நடத்தக் கோரிய இயக்கத்தின் தொடக்கம் இதுதான். பொது ஊடகங்கள் குடிமக்களை உணர்ச்சிப்பெருக்கில் மூழ்கடித்து, பேரவாவுடன் மேற்கொண்ட கேவலமான பிரச்சாரத்தை அந்த இயக்கம் எதிர்த்துநின்று வெற்றிபெற்றது. இறுதியில் கீலானியும் அவருடன் சேர்த்துக் குற்றஞ்சாட்டப்பட்ட அப்சன் குருவும் விடுதலை செய்யப்பட்டார்கள்.

நாடாளுமன்றம் மீதான தாக்குதல் பற்றி அரசு வழக்கறிஞர் தரப்பு முன்வைத்த விவரணத்தில் ஒரு பெரிய ஓட்டையைக் கீலானியின் விடுதலை ஏற்படுத்தியது. எனினும் மக்கள் மனத்தில் குற்றஞ்சாட்டப்பட்ட இருவரின் விடுதலை, மற்ற இருவரின குற்றத்தையும் விசித்திரமான முறையில் உறுதிப்படுத்தியது. குற்றஞ்சாட்டப்பட்ட முதல் நபரான முகமது அப்சல் குரு 2006 அக்டோபர் 20 அன்று தூக்கிலிடப்படுவாரென்று அரசாங்கம் அறிவித்தபோது, பெரும்பாலான மக்கள் அதை வெறுமனே அங்கீகரித்து வரவேற்றதோடு நில்லாமல் கோரமான உற்சாகத் துடன் வரவேற்றதாகவே தோன்றியது. அதேவேளை, திரும்பவும் பழைய கேள்விகள் தலைதூக்கவே செய்தன.

கீலானிக்கு எதிராக அரசு வழக்கறிஞர் தரப்பு கட்டமைத்த குற்றச்சாட்டை நம்மால் மிகவும் எளிதாக ஊடுருவிப் பார்க்க முடிந்தது. எங்கிருந்தோ அவரைப் பெயர்த்தெடுத்துவந்து, தாக்குதல் 'சதியின்' சூத்திரதாரியாக நிலைநிறுத்தினார்கள். ஆனால் அப்சலின் கதை வேறு. நரகமாய் மாறிய காஷ்மீரின் கழிவுக் குழாய் வழியே வெளியே வந்தவர் அவர். கழிவுக் குழாயில் உள்ள துவாரத்தின் வழியாக, அவர் மலத்தில் தோய்ந்து வெளியே வந்தார் (அவர் வெளியே வந்தபோது காவல் துறையின் சிறப்புப் பிரிவினர் அவர்மீது சிறுநீர் கழித்தனர்.) அவர்கள் முதலில் அவரை 'ஊடகம் முன்னிலையில் ஒப்புதல் வாக்குமூலம்' அளிக்க வைத்தார்கள். அவரும் தாக்குதலில் தன்னை முற்றிலும் சம்பந்தப்படுத்தி வாக்குமூலம் அளித்தார். ஒப்புதல் வாக்குமூலம் அளித்த வேகத்தை வைத்து, உண்மையில்

அவர் குற்றவாளியே என்று நம்மில் பலர் நம்பினோம். மிகவும் காலம் தாழ்த்தியே 'ஒப்புதல் வாக்குமூலம்' அளிக்கப்பட்ட சூழ்நிலை வெளியே தெரியவந்தது. ஆதலால்தான் உச்ச நீதி மன்றம்கூடச் சட்டப் பாதுகாப்பு நடைமுறைகளைக் காவல் துறை மீறியதாகத் தெரிவித்து அந்த ஒப்புதல் வாக்குமூலத்தைப் புறந்தள்ளியது.

தொடக்கத்திலிருந்தே அப்சலுக்கு எதிரான வழக்கில் எதுவுமே உள்ளது உள்ளபடியோ எளிமையாகவோ அமைய வில்லை. தான் முற்றிலும் நிரபராதி என்று இன்றுகூட அப்சல் வாதாடவில்லை. அவர் பங்குபெற்ற விதம் குறித்த சர்ச்சை தான் மேலோங்கியுள்ளது. எடுத்துக்காட்டாக, அவர் புறநிலைப் பங்கு வகித்தவர்; புறநிலைப் பங்கு வகிக்கும்படிகூட அவர் பலவந்தப்படுத்தப்பட்டாரா, சித்திரவதை செய்யப்பட்டாரா, அச்சுறுத்தப்பட்டாரா? அவருடைய தரப்புக் கதையை முன் வைக்கவோ பொய்களும் புனைவுகளும் மிகுந்த வலிமையான குற்றச்சாட்டைத் தகர்க்க முன்வரும் எவருக்கும் துணைநிற்கவோ அவருக்கு ஒரு வழக்கறிஞர் இருக்கவில்லை. பல்வேறு தனி நபர்கள் தாங்களாகவே விடை கண்டார்கள். வழக்கறிஞர்கள், உயர்கல்வித் துறையினர், ஊடகர்கள், எழுத்தாளர்கள் கொண்ட குழுமம் ஒன்றால் உருவாக்கப்பட்ட கட்டுரைகள் அவர்கள் ஆற்றிய ப்ணியில் பெரும் பகுதியைப் புலப்படுத்துகின்றன. அண்மைக் காலம்வரை பொதுமக்களின் உணர்ச்சிப்பெருக் குடன் பின்னிப்பிணைந்த தேசிய கருத்தொருமைப்பாடாகப் புலப்பட்ட ஒன்றை அவர்கள் தகர்த்துள்ளார்கள். நாம் தடை வேலியை வந்தடையப் பிந்தினாலும் வந்துவிட்டோம்.

சரியான தகவல்களையும் தருக்க அடிப்படையிலான வாதங்களையும் எதிர்கொள்வோரில் அநேகர் அல்லது பலர் சரியான கேள்விகளை எழுப்புபவர்களென்பது உறுதி. நாடாளு மன்றத் தாக்குதல் வழக்கில் இவ்வாறு நடக்கத் தொடங்கியுள்ளது திட்டவட்டமாகத் தெரிகிறது. அக்கேள்விகளால் அழுத்தம் ஏற்பட்டு அந்த அழுத்தத்தால் பல வெடிப்புகளும் ஏற்பட்டுள்ளன. அவ்வெடிப்புகளின் ஊடாக நமது சந்தேக வட்டத்துக்குட் பட்ட மர்ம மனிதர்கள், எதிர் – உளவுப் படையினர், பாதுகாப்புப் படையினர், அரசியல் கட்சியினர் முதலியோர் வெளியே வரத் தொடங்கியுள்ளார்கள். கொடியசைத்து, வசை பாடி, சுடச்சுட மறுத்துரைத்து, மேன்மேலும் பொய்யுரைத்துத் தமது தடங்களை அவர்கள் மூடிமறைத்து வருகிறார்கள். அதன் மூலம் அவர்கள் அம்பலப்படுகிறார்கள்.

மக்களிடையே அதிருப்தி பெருகிவருகிறது. குடிமக்கள் சிலர் (நிர்மலா தேஷ்பான்டே தலைமையில்) ஒரு குழுவாகச்

சேர்ந்து மேற்படி தாக்குதல் குறித்து ஒரு நாடாளுமன்ற விசாரணை நடத்தப்பட வேண்டுமென்று பகிரங்கமாகக் கோரிக்கை விடுத்துள்ளார்கள். இணையம் வாயிலாகவும் அதே கோரிக்கை விடுக்கப்பட்டுள்ளது. ஆயிரக்கணக்கானோர் அதில் ஒப்பமிட்டுள்ளார்கள். அன்றாடம் செய்தித் தாள்களிலும் இணையத்திலும் புதிய கட்டுரைகள் வெளிவந்த வண்ணம் உள்ளன. ஆகக் குறைந்தது ஆறு இணையதளங்கள் நிலைமை யைக் கூர்ந்து கவனித்து வருகின்றன. தகுந்த எந்தவொரு வழக்கறிஞரும் முகமது அப்சலுக்காக வாதாடவில்லை. அவர் தரப்பு வாதம் காதுகொடுத்துக் கேட்கப்படவில்லை. அவர் முறையான விசாரணைக்கு உட்படவில்லை. அப்படி என்றால் அவருக்கு மரண தண்டனை எப்படி அளிக்க முடியும்? அத்தகைய முக்கியமான கேள்விகளை அவை எழுப்பிவருகின் றன. புனையப்பட்ட சான்றுகள் பற்றியும் நடைமுறை முறை கேடுகள் பற்றியும் நீதிமன்றத்தில் முன்வைக்கப்பட்ட, செய்தித் தாள்களில் வெளியிடப்பட்ட அப்பட்டமான பொய்கள் பற்றியும் அவை கேள்விகளை எழுப்பிவருகின்றன. நுணுகி ஆராயும்போது தாக்குப்பிடிக்கக்கூடிய சான்று ஒன்றுகூடக் கிடைப்பது அரிது என்பதையே அவை புலப்படுத்துகின்றன.

அத்துடன் மேன்மேலும் நம்மைத் துணுக்குற வைக்கும் கேள்விகளும் எழுப்பப்பட்டுள்ளன. அவை முகமது அப்சலின் தலையெழுத்துக்கு அப்பாற்பட்டவை. டிசம்பர் 13 குறித்து எழுப்பப்படும் 13 கேள்விகள் பின்வருமாறு:

கேள்வி 1: நாடாளுமன்றம் தாக்கப்படுவதற்கு முன்பே பல மாதங்களாக நாடாளுமன்றம் தாக்கப்படக் கூடுமென்று அரசாங்கமும் காவல் துறையும் கூறிக்கொண்டிருந்தன. நாடாளுமன்றம் விரைவில் தாக்கப்படவுள்ளதென்று பிரதமர் ஏ.பி. வாஜ்பாயி 2001 டிசம்பர் 12 அன்று தனிப்பட்ட சந்திப்பு ஒன்றில் எச்சரிக்கை விடுத்தார். டிசம்பர் 13 அன்று நாடாளு மன்றம் தாக்கப்பட்டது. 'பாதுகாப்புப் படையினருக்கு மேம் பட்டப் பயிற்சி' அளிக்கப்பட்டது என்றால், வெடிகுண்டுகள் நிரம்பிய கார் ஒன்று நாடாளுமன்ற வளாகத்திற்குள் எப்படிப் புகுந்தது?

கேள்வி 2: தாக்குதல் நிகழ்ந்து ஒருசில நாட்களுக்குள் அதை, ஜைஷ்–எ–முகமது, லக்ஷர்–இ–தொய்பா இயக்கங்கள் இரண்டும் சேர்ந்து கவனமாகத் திட்டமிட்டு மேற்கொண்ட தாக்குதலென்று தில்லிக் காவல் துறையின் சிறப்புப் பிரிவினர் அறிவித்தனர். 1998ஆம் ஆண்டு IC–814 விமானக் கடத்தலில் சம்பந்தப்பட்ட முகமது எனப்படும் ஒருவரின் தலைமையில் இத்தாக்குதல் நடத்தப்பட்டதாகவும் அவர்கள் தெரிவித்தார்கள்.

(பின்னர் CBI அதை மறுத்தது.) இதில் எதுவும் ஒருபோதும் நீதிமன்றத்தில் நிரூபிக்கப்படவில்லை. எந்தச் சான்றை அடிப்படையாகக் கொண்டு சிறப்புப் பிரிவு அப்படி அறிவித்தது?

கேள்வி 3: தாக்குதல் முழுவதும் கண்காணிப்பு கேமரா மூலம் நேரடியாகப் பதிவுசெய்யப்பட்டது. நாடாளுமன்ற உறுப்பினர்களுக்குக் கண்காணிப்பு கேமரா பதிவுக்காட்சி காட்டப்பட வேண்டுமென்று காங்கிரஸ் உறுப்பினர் கபில் சிபல் கோரிக்கை விடுத்தார். மாநிலங்கள் அவையின் துணைத் தலைவர் நஜ்மா ஹெப்துல்லா அதை ஆதரித்தார். தாக்குதல் பற்றிய விவரங்களில் குழப்பம் இருப்பதாக அவர் தெரிவித்தார். 'காரிலிருந்து ஆறு பேர் வெளியேறுவதை நான் எண்ணினேன். ஆறு பேரையும் கண்காணிப்பு கேமராக் காட்சி தெளிவாகக் காட்டியது. ஆனால் ஐவர் மாத்திரமே கொல்லப்பட்டனர்.' என்று காங்கிரஸ் கட்சியின் தலைமைக் கொறடா பிரிய ரஞ்சன் தாஸ்முன்ஷி தெரிவித்தார். தாஸ்முன்ஷி கூறியது சரி என்றால், காரில் ஐவர் மாத்திரமே இருந்தார்களென்று காவல் துறையினர் கூறியது எதற்காக? அந்த ஆறாவது ஆள் யார்? இப்போது அவர் எங்கே இருக்கிறார்? நீதிமன்ற விசாரணையின் போது அரசு வழக்கறிஞர் கண்காணிப்பு கேமரா பதிவுக் காட்சியை ஏன் ஒரு சான்றாக முன்வைக்கவில்லை? மக்கள் பார்ப்பதற்கு அது ஏன் வெளியிடப்படவில்லை?

கேள்வி 4: இத்தகைய கேள்விகள் சில எழுப்பப்பட்ட பின்னர் நாடாளுமன்றம் ஏன் ஒத்திவைக்கப்பட்டது?

கேள்வி 5: நாடாளுமன்றத் தாக்குதலில் பாகிஸ்தான் சம்பந்தப்பட்டதற்கு மறுக்க முடியாத சான்று இருப்பதாக டிசம்பர் 13ஆம் தேதி கழிந்து ஒருசில நாட்களில் அரசாங்கம் அறிவித்தது. பெருமளவில் ஏறத்தாழ ஐந்து லட்சம் படையினரை இந்திய – பாகிஸ்தான் எல்லையில் குவிக்க நடவடிக்கை எடுத்து வருவதாகவும் அது அறிவித்தது. ஓர் அணுவாயுதப் போரின் விளிம்புக்கு இந்திய துணைக்கண்டம் தள்ளப்பட்டது. அப்சலைச் சித்திரவதைசெய்து பெறப்பட்ட 'ஒப்புதல் வாக்குமூலத்தை' விட (பின்னர் உச்ச நீதிமன்றத்தால் நிராகரிக்கப்பட்ட 'ஒப்புதல் வாக்குமூலத்தை' விட) வேறு 'மறுக்க முடியாத சான்று' என்ன கிடைத்தது?

கேள்வி 6: டிசம்பர் 13 அன்று தாக்குதல் நிகழ்ந்ததற்கு நீண்ட காலம் முன்னரே பாகிஸ்தான் எல்லையில் படைக் குவிப்பு தொடங்கியது உண்மையா?

கேள்வி 7: ஏறத்தாழ ஓராண்டு நீடித்த ராணுவத் தயார் நிலைக்கு எவ்வளவு செலவு ஏற்பட்டது? அந்த நடவடிக்கையின்

போது படையினர் எத்தனை பேர் இறந்தார்கள்? கண்ணி வெடிகளைத் தவறாகக் கையாண்டதால் படையினர் மற்றும் குடிமக்களில் எத்தனை பேர் இறந்தார்கள். டிரக்குகளும் டாங்கி களும் கிராமங்களின் வழியே சென்றதாலும் வயல்களில் கண்ணிவெடிகள் புதைக்கப்பட்டதாலும் உழவர்கள் எத்தனை பேர் தமது வீடுகளையும் நிலங்களையும் இழந்தார்கள்?

கேள்வி 8: தாக்குதல் நிகழ்ந்த இடத்தில் திரட்டப்படும் சான்றுகள் ஒருவரைக் குற்றஞ்சாட்ட எப்படி வழிவகுக்கின்றன என்பதைத் தெரிவிப்பது குற்ற விசாரணையில் காவல் துறையின் இன்றியமையாத பணியாகும். இங்கே காவல் துறை அப்சலை எப்படிக் கண்டடைந்தது? எஸ்.ஏ.ஆர். கீலானியே தங்களை அப்சலிடம் அழைத்துச்சென்றதாகச் சிறப்புப் படையினர் தெரிவிக்கிறார்கள். எனினும் கீலானி கைதுசெய்யப்படும் முன்னரே அப்சலைத் தேடிப்பிடிக்கும்படி ஸ்ரீநகர் காவல் துறைக்குச் செய்தி அனுப்பப்பட்டுவிட்டது என்பதே உண்மை. அப்படி என்றால், சிறப்புப் பிரிவு அப்சலை டிசம்பர் 13 தாக்குதலுடன் சம்பந்தப்படுத்தியது எப்படி?

கேள்வி 9: அப்சல் சரணடைந்த தீவிரவாதி என்பதையும் அவர் பாதுகாப்புப் படையினருடன், குறிப்பாக ஜம்மு–காஷ்மீர் காவல் துறையின் STFஉடன் இடைவிடாத தொடர்பு கொண்டவர் என்பதையும் நீதிமன்றங்கள் ஏற்றுக்கொண்டுள்ளன. தங்கள் கண்காணிப்புக்கு உட்பட்ட ஒருவர் முக்கியமான தீவிரவாத நடவடிக்கைச் சதியில் ஈடுபட முடிந்ததென்பதைப் பாதுகாப்புப் படையினர் எப்படி விளக்குவார்கள்?

கேள்வி 10: ஜைஷ்–எ–முகமது, லக்ஷர்–இ–தொய்பா போன்ற இயக்கங்கள் தங்களது முக்கிய நடவடிக்கை ஒன்றிற்காகக் காவல் துறையின் இடைவிடாத கண்காணிப்புக்கு உட்பட்ட ஒருவரை, STF வதைக் கூடங்களுக்குச் சென்றுவந்த ஒருவரை சார்ந்திருப்பது சாத்தியமா?

கேள்வி 11: அப்சல் நீதிமன்றத்தில் அளித்த வாக்குமூலத்தில், STFஉடன் ஒத்துழைக்கும் தாரிக் என்பவரே தன்னை 'முகமது' வுக்கு அறிமுகப்படுத்தி, அவரைத் தில்லிக்குக் கொண்டுசெல்லும் படி அறிவுறுத்தியதாகத் தெரிவிக்கிறார். காவல் துறை முன் வைத்த குற்றப்பத்திரிகையில் தாரிக்கின் பெயர் குறிப்பிடப் பட்டுள்ளது. தாரிக் என்பவர் யார்? இப்போது அவர் எங்கே இருக்கிறார்?

கேள்வி 12: நாடாளுமன்றத் தாக்குதல் நிகழ்ந்து ஆறு நாட்கள் கழித்து, 2001 டிசம்பர் 19 அன்று, முகமது யாசின் பதே முகமது (அல்லது அபு ஹம்சா) என்பவரைக் காவல்

துறை ஆணையர் எஸ்.எம். ஷங்கரி (தானே, மஹராஷ்டிரா) அடையாளம் காட்டினார்; அவர் தாக்குதல் தொடுத்தவர்களுள் ஒருவரென்றும் கொல்லப்பட்டவர்களுள் ஒருவரென்றும் லக்ஷர்–இ–தொய்பா இயக்கத்தைச் சேர்ந்தவரென்றும் 2000ஆம் ஆண்டு நவம்பர் மாதம் மும்பையில் வைத்துக் கைதுசெய்யப்பட்ட கையோடு ஜம்மு–காஷ்மீர் காவல் துறையிடம் ஒப்படைக்கப்பட்டவரென்றும் ஷங்கரி தெரிவித்தார். தனது கூற்றுக்கு ஆதாரமாக விரிவான விவரங்களையும் அவர் முன்வைத்தார். காவல் துறை ஆணையர் கூறியது சரி என்றால், ஜம்மு–காஷ்மீர் காவல் துறையின் தடுப்புக்காவலில் இருந்த முகமது யாசின் நாடாளுமன்றத் தாக்குதலில் எப்படிப் பங்குபெற்றார்? அவர் கூறியது தவறு என்றால், இப்போது முகமது யாசின் எங்கேயிருக்கிறார்?

கேள்வி 13: நாடாளுமன்றத் தாக்குதலில் கொல்லப்பட்ட பயங்கரவாதிகள் ஐந்து பேரும் யார் என்பது ஏன் இன்றுவரை நமக்குத் தெரியவில்லை?

இக்கேள்விகளை நாம் ஒருங்கிணைத்துப் பார்க்கும்போது, திறமையீனத்தைவிட மிகவும் முக்கியமான ஒன்றை அவை சுட்டிக்காட்டுவது புலனாகும். உடந்தை, கூட்டுச்சதி, தலையீடு ஆகிய சொற்கள் உள்ளத்தில் தோன்றுகின்றன. அதனால் நாம் அதிர்ச்சி அடைவதாகப் பாவனைசெய்ய வேண்டியதில்லை. எனினும் இவ்வாறு எண்ணிப் பார்க்கவும், எண்ணங்களை உரத்துக் கூறவும் நாம் கூசத் தேவையில்லை. அரசாங்கங்களும் அவற்றின் உளவுப் படைகளும் தமது சொந்த இலக்குகளை அடைவதற்கு இத்தகைய உபாயங்களைப் பயன்படுத்துவது நீண்டகாலமாக நிலவிவரும் வழக்கமே. (1933ஆம் ஆண்டு ஜெர்மனியில் நாடாளுமன்றம் – Reichstag – எரிக்கப்பட்டதையும் நாசிக்கட்சியின் எழுச்சியையும் எண்ணிப் பாருங்கள். அல்லது Operation Gladio நடவடிக்கையை அதாவது ஐரோப்பிய உளவுப் படைகள் குறிப்பாக இத்தாலியில் Red Brigade போன்ற தீவிரவாதக் குழுமங்களை அவதூறுபடுத்துவதற்காக 'உண்டாக்கிய' பயங்கரவாதச் செயல்களை எண்ணிப் பாருங்கள்.)

மேற்படி கேள்விகள் அனைத்துக்கும் கிடைத்த அதிகாரபூர்வ விடை: மயான அமைதி. தற்போதைய நிலவரம்: தனக்கு இரக்கம் காட்டும்படி அப்சல் முன்வைத்த மனுவைக் குடியரசுத் தலைவர் பரிசீலிக்கும்வரை அவரது மரண தண்டனை ஒத்திவைக்கப்பட்டுள்ளது. அதேவேளை 'அப்சலைத் தூக்கிலிடுக' என்னும் கோரிக்கையை ஒரு தேசிய இயக்கமாக மாற்றப்போவதாக பாரதிய ஜனதாக் கட்சி அறிவித்தது. மதவாதம், தேசியவாதம், தந்திரமான பொய்களின் கலவையே அந்த

இயக்கத்துக்கு ஊட்டப்பட்டது. எனினும் அந்த இயக்கம் அசைந்து கொடுத்ததாகத் தெரியவில்லை. தற்போது வேறு உபாயங்கள் ஆராயப்பட்டு வருகின்றன. நாடாளுமன்றத் தாக்குதலின்போது கொல்லப்பட்ட பாதுகாப்புப் படையினர் சிலரது குடும்பங்களை அகில இந்திய பயங்கரவாத எதிர்ப்பு முன்னணியைச் சேர்ந்த எம்.எஸ். பிட்டா விளம்பரப்படுத்தி வருகிறார். டிசம்பர் 13 அன்று அப்சலைத் தூக்கிலிடாவிட்டால், தாக்குதலின்போது கொல்லப்பட்ட பாதுகாப்புப் படையினர் நினைவாக அரசாங்கம் வழங்கிய வீரப்பதக்கங்களைத் திருப்பிக் கொடுக்கப்போவதாக அவர்கள் அச்சுறுத்தியுள்ளார்கள். (நிதான மாக யோசித்துப் பார்க்கையில், தாக்குதல் நடத்தியோர் உண்மையில் யாருக்காகச் செயற்பட்டார்கள் என்பதை அறியும் வரை அந்தப் பதக்கங்களை அவர்கள் திருப்பிக்கொடுப்பதில் தப்பில்லை எனலாம்.)

மனக்குழப்பத்தை ஏற்படுத்தி, வகுப்புவாத அடிப்படை யில் விவாதத்தை நேரெதிர்முனையில் நிறுத்துவதே அவர்களின் முதன்மையான நோக்கமாகத் தெரிகிறது. நாடாளுமன்றத்தைத் தாக்கியோர்களில் உண்மையிலேயே முகமது அப்சல் ஒருவ ரென்றும் முதன்முதல் துப்பாக்கியால் சுட்டவர் அவரே என்றும் பாதுகாப்புப் படையினரில் குறைந்தது மூவரைக் கொன்றவர் அவரே என்றும் The Pioneer ஆசிரியர் தனது பத்திகளில் எழுது கிறார். அப்சலைத் தூக்கிலிடாவிட்டால், விஜயதசமியில் அல்லது துர்க்கா பூசையில் தீமைக்கு எதிரான நன்மையின் வெற்றியைக் கொண்டாடுவதில் பயனில்லை என்று 'தீமைக்கு நன்மை செய்ய முடியாது' ('You Can't Be Good to Evil') என்னும் தலைப்புடன் கூடிய கட்டுரையில் ஸ்வப்பன் தாஸ்குப்தா என்னும் பத்தியாளர் எழுதுகிறார். உண்மைகளைச் சரிவரப் புரிந்துகொள்ளாத படியால்தான் இத்தகைய பொய்கள் எழுகின்றன என்று நம்பமுடியவில்லை.

மனக்குழப்பத்தைப் பரப்பும் பணியில் வெகுஜன ஊடகங் கள், குறிப்பாகத் தொலைக்காட்சி செய்தியாளர்கள் முற்றிலும் உடந்தையாய் இருப்பதைக் காணலாம். கலந்துரையாடல்கள், உரையாடல் நிகழ்ச்சிகள், 'சிறப்பு அறிக்கைகள்' என்பனவற்றில் நிலையச் செய்தியாளர்கள் முக்கிய உண்மைகளைக் குழந்தை களைப் போல் உருட்டி விளையாடுகிறார்கள். சித்திரவதை புரிவோரும் மனவேறுபாடு கொண்ட சகோதரர்களும் மூத்த காவல்துறை அதிகாரிகளும் அரசியல்வாதிகளும் உறக்கம் கலைந்து விழித்தெழுந்து பேசுகிறார்கள். அவர்கள் எவ்வளவு தூரம் விறுவிறுப்பாகப் பேசுகிறார்களோ அவ்வளவு தூரம் நிகழ்ச்சி சூடு பிடிக்கிறது.

2006 நவம்பர் மாத இறுதியில் அப்சலின் தமையன் ஐஜாஸ் CNN-IBN தேசியச் செய்தித் தொலைக்காட்சியில் தோன்றினார். அது ரகசியமாக ஒளிப்பதிவு செய்யப்பட்ட காட்சியாம்! அதில் ஐஜாஸ் வெளியிட்ட 'அதிர்ச்சி'யூட்டும் தகவல்களை நம்பும்படி நம்மிடம் சொல்லப்பட்டது. ஏற்கெனவே ஐஜாஸின் கதை தில்லிச் செய்தியாளர்கள் பலரிடம் பல நாட்களாக முன்வைக்கப்பட்டதுண்டு. தன் தம்பியின் மனைவியுடனும் குடும்பத்துடனும் ஐஜாஸ் கொண்ட பிணக்கு தெரிந்த செய்தி தான் என்றபடியால், எல்லோரும் அவர் சொல்வதைக் குறித்து எச்சரிக்கையாகவே இருந்தார்கள். அவர் காஷ்மீரில் STFஉடன் உறவாடுவதாகக் சொல்லப்படுவது மிகவும் முக்கியமான தகவல். அவர் அண்மையில் வாங்கிய சொத்துகளை ஆராயும் யோசனையையும் இரண்டொருவர் முன்வைத்தனர்.

அவர்தான் இப்போது தேசியச் செய்தித் தொலைக்காட்சி யில் தோன்றி, தன் தம்பியைத் தூக்கிலிடும்படி உச்ச நீதிமன்றம் அளித்த தீர்ப்பை அமல்படுத்த வலியுறுத்தினார். அப்சல் ஒருபோதும் சரணடையவில்லை என்றும், தானே (ஐஜாஸே) தன் தம்பியின் ஆயுதத்தை BSFஇடம் ஒப்படைத்ததாகவும் அவர் தெரிவித்தார்! அப்சல் ஒருபோதும் சரணடையாதபடி யால், அவர் ஜைஷ்–எ–முகமது இயக்கத்தில் முன்னின்று செயற்படும் தீவிரவாதி என்பதைத் தன்னால் 'உறுதிப்படுத்த' முடியுமென்றும் ஜைஷ் இயக்கத்தின் நடவடிக்கைத் தலைவ ராகிய காசி பாபா தங்கள் வீட்டில் சந்திப்புகள் நடத்துவது வழக்கமென்றும் ஐஜாஸ் தெரிவித்தார். (காசி பாபா கொல்லப் பட்டபோது அவரது உடலை அடையாளம் காட்டுவதற்குத் தன்னையே காவல் துறையினர் அழைத்ததாகவும் ஐஜாஸ் தெரிவித்தார்.) கூட்டிக் கழித்துப் பார்த்தால், ஆளை மாற்றிப் பிடித்துவிட்டார்கள் போலும் – ஐஜாஸுக்குத் தெரிந்த விவரங் களையும் அவர் ஒப்புக்கொள்ளும் செய்திகளையும் கருத்தில் கொள்ளும்போது, அவரே தடுப்புக் காவலில் வைக்கப்பட்டிருக்க வேண்டும், அப்சல் அல்ல!

அப்சல் 'ஊடகம் முன்னிலையில் ஒப்புதல் வாக்குமூலம்' அளித்து 5 ஆண்டுகள் கழித்து ஐஜாஸும் அப்படி வாக்கு மூலம் அளித்துள்ளார். காஷ்மீரில் STFஇன் அங்கமாய் இயங்கி மக்களை அஞ்சிநடுங்க வைக்கும் அதே கிளர்ச்சி எதிர்ப்புப் பிரிவினரே திரைமறைவில் ஒளிந்துநின்று இருவரின் வாக்கு மூலங்களையும் நெறிப்படுத்தியதை நாம் எண்ணிப் பார்க்க வேண்டும். அவர்களால் யாரையும் எதையும் எப்போதும் சொல்லவைக்க முடியும். காஷ்மீர் பள்ளத்தாக்கில் வாழும் ஆண்கள், பெண்கள், சிறுவர்கள் அனைவருக்கும் அவர்களுடைய

நடைமுறைகள் (தண்டனைகள், வெகுமதிகள்) நன்கு தெரியும். அத்தகைய சூழ்நிலையில் பொறுப்புவாய்ந்த தொலைக்காட்சி ஒன்று அறவே நம்ப முடியாத வாக்குமூலத்தைக் கொண்டு மேற்கொண்ட 'ஆய்விலிருந்து அப்சல் ஒரு ஜைஷ் தீவிரவாதி என்று தெரிகிறது' என்று அறிவிப்பது ஓர் ஆபத்தான, பொறுப்பற்ற செயலாகும். (நம் சகோதரர்கள் நம்மைப் பற்றிக் கூறுவது எப்போதிருந்து ஏற்கத்தக்கச் சான்றாக மாறியது? எடுத்துக் காட்டாக, கடவுள் உலகிற்கு ஈந்த கொடை நான்தான் என்று என் சகோதரர் வாக்குமூலம் அளிப்பார். என்னை ஒரு ஜைஷ் தீவிரவாதி என்று சொல்லும் அத்தைகள் இருவரை அழைத்து வரவே என்னால் முடியும். ஆம், கூலி பேசி!) குடும்பப் பகையை எவ்வாறு முக்கியச் செய்தியாகச் ஜோடிக்க முடியும்?

மறைவிலிருந்து எழுந்து விரைந்து வந்து அரங்கின் நடுவில் தோன்றும் இன்னொருவர் STFஇன் காவல் துறைத் துணைக் கண்காணிப்பாளர் திரவிந்தர் சிங். நாடாளுமன்றத் தாக்குதலுக்கு ஒருசில மாதங்களுக்கு முன்னர் ஸ்ரீநகரில், ஹம்ஹமா STF முகாமில் தன்னைச் சட்டவிரோதமாகத் தடுப்புக் காவலில் வைத்திருந்து சித்திரவதை செய்த காவல் துறை அதிகாரி இவரே என்று அப்சல் தெரிவித்துள்ளார். தனக்கும் (தாக்குதலில் கொல்லப்பட்ட) முகமதுவுக்கும் வந்த தொலைபேசி அழைப்பு கள் பலவற்றையும் ஆராய்ந்தால் திரவிந்தர் சிங்கை அடையாளம் காண முடியுமென்று அப்சல் தன் வழக்கறிஞர் சுஷில் குமாருக்கு எழுதிய கடிதம் ஒன்றில் குறிப்பிடுகிறார். இத்தொலைபேசி அழைப்புகளை ஆராய முயற்சி எடுக்கப்படவில்லை.

CNN–IBN காட்சியிலும் திரவிந்தர் சிங் காட்டப்பட்டார். கேமராவைக் கீழே சரித்து, அசைத்து எடுத்த அந்தக் காட்சி தற்போது எங்கெங்கும் காட்டப்படுகிறது. இது சற்று தேவை யில்லாத காட்சியாகவே தென்படுகிறது. இப்போதெல்லாம் திரவிந்தர் சிங் சற்று அதிகமாகவே பேசிவருகிறார். தொலை பேசி வாயிலாகவும் நேர்முகமாகவும் பதிவுசெய்யப்பட்ட அவரது நேர்காணல்கள் வெளிவந்துள்ளன. அதிர்ச்சியூட்டும் அதே விவரங்களை அவர் திரும்பத் திரும்ப வெளியிட்டு வருகிறார். அப்போது ஸ்ரீநகரில் இருந்த சுயேச்சைச் செய்தியாளர் பர்வைஸ் புகாரிக்கு (Parvaiz Bukhari) மேற்படி ரகசிய காமிரா பதிவு மேற்கொள்ளப்படுவதற்குச் சில கிழமைகள் முன்னதாக அளித்த நேர்காணலில் அவர் பின்வருமாறு தெரிவித்துள்ளார்:

> அவரை (அப்சலை) எனது முகாமில் வைத்து பல நாட்களாக விசாரித்து, சித்திரவதை செய்தேன். அவர் கைதுசெய்யப் பட்டதை எங்கள் ஏடுகளில் எந்த இடத்திலும் நாங்கள் என்றுமே பதியவில்லை. எனது முகாமில் சித்திரவதை

செய்யப்பட்டது பற்றி அவர் கூறும் விவரம் உண்மையே. அதுவே அப்போதைய நடைமுறை. அவர் மலவாயினுள் நாங்கள் பெட்ரோல் ஊற்றினோம். மின்னதிர்ச்சி கொடுத் தோம். எனினும் என்னால் அவர் உறுதியைக் குலைக்க முடியவில்லை. இயன்றவரை கடுமையாக விசாரித்தும் அவர் என்னிடம் எதையும் தெரிவிக்கவில்லை. நாங்கள் அவரைப் போதுமானஅளவு சித்திரவதை செய்து காசி பாபா பற்றி விசாரித்தோம். எனினும் அவர் மசியவில்லை. அப்போது அவர் ஓர் அப்பாவியாகக் கேணப்பயலாகத் தோன்றினார். சந்தேக நபர்களைச் சித்திரவதை செய்து, விசாரித்து, விவரமறிவதில் நான் பெயர்பெற்றவன். எனது விசாரணையிலிருந்து மீண்ட ஒருவரை மறுபடியும் வேறொருவர் விசாரிக்கத் தேவையில்லை. என்றென்றும் விசாரணையில் தேறியவராகவே அவரை முகாம் அதிகாரி கள் அனைவரும் கணித்துக்கொள்வார்கள்.

தொலைக்காட்சியில் இந்த ஆணவப்பேச்சு ஒரு கொள்கை விளக்கமாய் ஓங்கியது: 'பயங்கரவாதத்தைத் தடுக்கக்கூடியது சித்திரவதை மட்டுமே. நாட்டுக்காகவே நான் சித்திரவதை செய்கிறேன்' என்றார் திரவிந்தர் சிங். அவர் வதைத்து, விடுதலை செய்த 'அப்பாவி' பிறகு நாடாளுமன்றத் தாக்குதலின் பயங்கர சூத்திரதாரியாக மாறினாரென்று சொல்லப்படுவது ஏன், எங்ஙனம் என்பதை விளக்குவது பற்றி அவர் அலட்டிக்கொள்ள வில்லை. அப்புறம் அப்சல் ஒரு ஜைஷ் தீவிரவாதி என்று அவர் தெரிவித்தார். அது உண்மை என்றால், அதற்கான சான்று ஏன் நீதிமன்றங்களிடம் சமர்ப்பிக்கப்படவில்லை? அப்சல் எதற்காக விடுதலை செய்யப்பட்டார்? ஏன் அவர் கண்காணிக்கப்படவில்லை? இதை எல்லாம் திறமையீனம் என்று சொல்லித் தட்டிக்கழிக்கும் முயற்சி தெளிவாக வெளிப் படுகிறது. இப்போது நமக்குத் தெரிந்த அனைத்தையும் வைத்துப் பார்க்கும்போது, இவற்றைத் திறமையீனமே என்று நம்மில் சிலரை நம்பச்செய்வதற்கு, திரவிந்தர் சிங், அவரது துறை சார்ந்த நுண்திறன்கள் முழுவதையும் பிரயோகிக்க வேண்டி யிருக்கும்!

அதேவேளை வலதுசாரிக் கருத்துரையாளர்கள் அப்சலை ஜைஷ்–எ–முகமது இயக்கத் தீவிரவாதி என்று குறிப்பிடும் வழக்கம் தொடர்கிறது. இதுவே கட்சியின் நெறிமுறை என்று அறிவுறுத்தப்பட்டுள்ளது போலும். அப்படி வற்புறுத்துவதற்கான சான்று அவர்களிடம் அறவே கிடையாது. எனினும் திரும்பத் திரும்பக் கூறினால், எதுவும் 'உண்மை'யாகிவிடுமென்பது அவர்களுக்குத் தெரியும். அப்சலைச் சரணடைந்த தீவிரவாதி

யாகச் சித்தரிக்காது, 'செயற்படும்' தீவிரவாதியாகச் சித்தரிக்கும் பிரச்சாரத்தின் ஒரு பகுதியாகவே காஷ்மீர் (ஜம்மு–காஷ்மீர்) காவல் துறைத் தலைவர் எஸ்.எம். சஹாய் தொலைக்காட்சியில் தோன்றி, அப்சல் சரணடைந்ததற்கான அத்தாட்சி தனது பதிவேடுகளில் இல்லை என்று தெரிவித்தார். அவர் கண்டிருந் தால்தான் ஆச்சரியம். ஏனெனில், 1993இல் அப்சல் BSFஇடம் சரணடைந்தார், ஜம்மு–காஷ்மீர் காவல் துறையிடம் அல்ல. போகட்டும், ஒரு தொலைக்காட்சிச் செய்தியாளர் அதைப் பற்றி ஏன் அலட்டிக்கொள்ளப் போகிறார்? காவல் துறையின் மூத்த அதிகாரி ஒருவர் இந்த ஏமாற்று வித்தையில் ஏன் பங்குகொள்ள வேண்டும்?

நாடாளுமன்றத் தாக்குதல் பற்றி அதிகாரபூர்வமாகப் பின்னப்பட்ட கதையின் முடிச்சு படுவேகமாய் அவிழ்ந்து வருகிறது.

உச்ச நீதிமன்றத்தின் தீர்ப்பில் தருக்கரீதியான தவறுகள், ஆதாரமற்ற முடிவுகள் எல்லாம் காணப்பட்டும் கூட, தாக்குத லின் சூத்திரதாரி முகமது அப்சலே என்று அதில் குற்றஞ்சாட்டப் படவில்லை. அப்படி என்றால் யார் அந்தச் சூத்திரதாரி? முகமது அப்சலைத் தூக்கிலிட்டால், அந்தச் சூத்திரதாரியை என்றுமே நாம் அறிய முடியாது போய்விடலாம். எனினும் அவரை உடனடியாகத் தூக்கிலிட வேண்டுமென்பது எதிாக் கட்சித் தலைவர் எல்.கே. அத்வானியின் விருப்பம். ஒரு நாள் தாமதித்தாலும் தேசிய நலனுக்குக் கேடு விளையுமென்கிறார் அவர். ஏன்? என்ன அவசரம்? மரண தண்டனை கைதிகளுக் கான பாதுகாப்பு மிகுந்த சிறையறையில் தானே அவர் அடைக்கப்பட்டுள்ளார். அன்றாடம் ஐந்து நிமிடங்கள்கூடத் தனது சிறையறைக்கு வெளியே அடியெடுத்துவைக்க அவர் அனுமதிக்கப்படுவதில்லை. அவரால் அப்படி என்ன தீங்கு விளைவிக்க முடியும்? பேச முடியுமா? எழுத முடியுமா? ஒருவேளை முடியும் போலும். (தேசிய நலன் என்னும் பதத்துக்கு எல்.கே. அத்வானி கொள்ளும் குறுகிய விளக்கத்தின்படி பார்த்தாலும்கூட) அப்சலைத் தூக்கிலிடாது விடுவதே தேசிய நலனுக்கு நல்லது என்று நாம் உறுதிபடக் கூறலாம். உண்மை யான கதையை, உண்மையில் நாடாளுமன்றத்தைத் தாக்கியோர் யாரென்பதை வெளிக்கொணரும் வண்ணம் ஒரு விசாரணை நடைபெறும் வரையாவது அப்சலைத் தூக்கிலிடக் கூடாது.

முகமது அப்சலின் மரண தண்டனையை எதிர்த்து மேல்முறையீடு செய்தவர்களுள், கொள்கையளவில் மரண தண்டனையை எதிர்ப்பவர்களும் அடங்குவர். அவருடைய மரண தண்டனையை ஆயுள் தண்டனையாக மாற்ற வேண்டு

மென்று அவர்கள் கேட்டுக்கொண்டுள்ளார்கள். முறையான விசாரணைக்கு உட்படாத ஒருவருக்கு, தனது தரப்பு வாதத்தை முன்வைக்கும் வாய்ப்பைப் பெற்றுக்கொள்ளாத ஒருவருக்கு ஆயுள் தண்டனை அளிப்பது சற்றுக் குறைந்தளவு கொடுமையே. ஆனாலும் கூட, அது அவருக்கு மரண தண்டனை அளிப்பதைப் போல கொடுங்கோன்மையானதே. அப்சலுக்கு எதிரான வழக்கை மீள விசாரிக்க வேண்டுமென்றும் டிசம்பர் 13 அன்று நாடாளுமன்றம் மீது நடத்தப்பட்ட தாக்குதல் குறித்து நேர்மை யான, வெளிப்படையான விசாரணை நடத்த வேண்டுமென்றும் உத்தரவிடுவதே சரியானது. ஒருவரின் கடைசி வாழ்நாள் எதுவாயிருக்குமென்று அவரும் அவரது குடும்பமும் ஏங்கும் வண்ணம் அவரைக் காலவரையறையின்றிச் சிறைக் கூடத்தில் அடைத்து வைப்பது அதர்மம்.

நேர்மையான விசாரணை என்பது வெறுமனே அரசியல் காரணங்களுக்காகச் சிலரை வேட்டையாடுவதிலிருந்து வேறு பட்ட ஒன்று. புலனாய்வு, கிளர்ச்சித் தடுப்பு, பாதுகாப்புப் படையினர் வகித்த பங்கையும் விசாரிக்க வேண்டும். சாட்சி ஜோடித்தல், அப்பட்டமான நடைமுறை நியமங்களின் மீறல் போன்ற குற்றங்கள் ஏற்கெனவே நிரூபிக்கப்பட்டுள்ளன. ஆனாலும் அவை பனிக்கட்டிப் பாறையின் வெளிமுனை போலவே தென்படுகின்றன. சக குடிமகன் ஒருவரைச் சட்ட விரோதமாகத் தடுப்புக் காவலில் வைத்திருந்து சித்திரவதை செய்ததில் தான் சம்பந்தப்பட்டதைக் காவல்துறை அதிகாரி ஒருவர் வெளிப்படையாக ஒப்புக்கொண்டது (வீம்பு பேசியது) பதிவுசெய்யப்பட்டுள்ளது. இவை எல்லாம் இந்த நாட்டு மக்களும், அரசாங்கமும் நீதிமன்றங்களும் ஏற்றுக்கொள்ளத் தக்கவையா?

இந்தியாவின் (கடந்தகால, தற்கால, வலதுசாரி, இடதுசாரி, இடைநடு) அரசாங்கங்களின் சாதனைகளைக் கருத்தில் கொள்ளும் போது, உண்மையான கதையை ஒரேயடியாகவும் முற்று முழுதாகவும் வெளிக்கொணரும் வண்ணம் ஒரு விசாரணையை மேற்கொள்ளும் நெஞ்சுரம் எந்த அரசாங்கத்துக்கும் எந்த வேளையிலும் ஏற்படுமென்று நம்புவது அசட்டுத்தனமே. எல்லா அரசாங்கங்களும் தம்மைப் பேணிக்கொள்வதற்கு வேண்டிய பேடித்தனம் படைத்தவையே. ஆனாலும் நம்பிக்கைக் கும் தருக்கத்திற்கும் சம்பந்தம் கிடையாது.

(13 December - A Reader: *The Stange Case of the Attack on the Indian Parliment* (2006) நூலுக்கு எழுதிய முன்னுரை.)

தடுப்புக்காவல் கைதிகளின் ஒப்புதல் வாக்குமூலங்கள்:
ஊடகங்களும் சட்டமும்

நாடாளுமன்றத் தாக்குதல் வழக்கில் குற்றஞ் சாட்டப்பட்ட முதலாம் சந்தேக நபராகிய முகமது அப்சலுக்கு இந்திய உச்ச நீதிமன்றம் மரண தண்டனை விதித்துள்ளது. அவருக்கு எதிராக நேரடியான சான்று இல்லை என்பதையும் சூழ்நிலைச் சான்று மட்டுமே உண்டு என்பதையும் அது ஒப்புக்கொண்டுள்ளது. எனினும் 'இந்த நிகழ்வால் அதிக இழப்புகள் நேர்ந்துள்ளன. முழு நாட்டையும் இது அதிரவைத்துள்ளது. குற்றவாளிக்கு மரண தண்டனை விதித்தால் மாத்திரமே சமூகத்தின் கூட்டு மனச்சாட்சி திருப்திப்படும்' என்று உச்ச நீதிமன்றம் அதன் தீர்ப்பில் குறிப்பிட்டுள்ளது. உச்ச நீதிமன்றத்தின் இந்தப் பெயர்பெற்ற தீர்ப்பு தற்போது சர்ச்சைக்குரிய தாக மாறியுள்ளது.

'கூட்டு மனச்சாட்சி' என்பது பெரும்பான்மையினரின் அபிப்பிராயமா? நமக்குக் கிடைக்கும் தகவலே கூட்டு மனச்சாட்சியை உருவாக்குகிறது என்று சொல்வது நியாயம்தானே? ஆகவே இந்த வழக்கில் நீதிமன்றத்தின் இறுதித் தீர்ப்பைத் தீர்மானிப்பதில் ஊடகங்கள் முக்கியப் பங்குவகித்திருக்கும் அல்லவா? அப்படி என்றால், ஊடகங்கள் துல்லியமாகவும் உண்மையாகவும் செயல்பட்டனவா?

இப்போது, ஐந்து ஆண்டுகள் கழித்து, நாடாளுமன்றத் தாக்குதல் குறித்துச் சிக்கலான கேள்விகள் எழுப்பப்படும் வேளையில் காவல் துறையின் சிறப்புப் பிரிவு திரும்பவும் 'சுடு செய்தி'க்கான வேட்டையைத் திறம்படப் பயன்படுத்தி வருகிறதா? முதன்மை – நேரத் தொலைக்காட்சி நிகழ்ச்சி யில் திடீர் திடீரெனப் போலி 'அம்பலங்கள்' இடம்பிடித்து

விடுகின்றன. இந்தியாவின் தலைசிறந்த, செய்தித் தொலைக் காட்சிகள் சில அஜாக்கிரதையும் அறியாமையும் கூடிய ஆபத்தான விளையாட்டில் ஈடுபட்டுள்ளன. (ஒருசில வாரங் களுக்கு முன்னர் *CNN-IBN* தொலைக்காட்சி அலை வரிசைக்குத் தலைக்குனிவு நேர்ந்தது.)

முகமது அப்சல் கைதுசெய்யப்பட்டதை அடுத்த ஒருசில நாட்களில் அவர் காவல் துறையின் தடுப்புக்காவலில் இருந்த போது அளித்த 'ஒப்புதல் வாக்குமூலத்தை'க் கடந்த வாரம் (டிசம்பர் 16 அன்று) *NDTV* அதன் 90 நிமிட முதன்மை நேர நிகழ்ச்சியில் 'விசேட'க் காட்சியாக ஒளிபரப்பியது. அது 5 ஆண்டுகளுக்கு முன்னர் அளிக்கப்பட்ட 'ஒப்புதல் வாக்குமூலம்' என்பது எந்தக் கட்டத்திலும் தெளிவுபடுத்தப்படவில்லை.

காவல் துறையின் தடுப்புக்காவலில் உள்ளவர்களின் ஒப்புதல் வாக்குமூலம் எவ்வளவு தூரம் நம்பத்தக்கது, சட்ட பூர்வமானது என்பது பற்றியும் சம்பந்தப்பட்ட 'ஒப்புதல் வாக்குமூலம்' எத்தகைய சூழ்நிலையில் வலுக்கட்டாயமாகப் பெறப்பட்டது என்பது பற்றி எல்லாம் எவ்வளவோ பேசப் பட்டுவிட்டது. உண்மையான புலன்விசாரணை என்பது தடுப்புக்காவலில் சித்திரவதையாக மாறும் என்பதால், காவல் துறையின் தடுப்புக்காவலில் உள்ளவர்கள் அளிக்கும் ஒப்புதல் வாக்குமூலம் அவர்களின் குற்ற வழக்கு விசாரணையில் சட்ட பூர்வமான சான்றாகப் பயன்படுத்தப்படுவதை இந்தியக் குற்றச் சட்டம் ஏற்றுக்கொள்ளவில்லை. எனினும் 'பொடா' சட்டத்தின் படி தடுப்புக்காவலில் உள்ளவர்கள் அளிக்கும் ஒப்புதல் வாக்கு மூலத்தைச் சட்டபூர்வமான சான்றாக ஏற்றுக்கொள்ளலாம். இது குடி உரிமைகளை மீறுவதாகக் கொள்ளப்பட்டது. ஆதலால் தான் 'பொடா' சட்டம் இறுதியில் விலக்கிக்கொள்ளப்பட்டது. உச்ச நீதிமன்றம் அப்சலின் 'ஒப்புதல் வாக்கு மூலம்' பற்றிக் குறிப்பிடுகையில், 'பொடா' சட்டத்தில் வகுக்கப்பட்ட கொஞ்ச நஞ்ச பாதுகாப்பு ஏற்பாடுகளையும் காவல் துறையின் சிறப்புப் பிரிவு மீறிவிட்டது என்றும் ஆதலால் அந்த 'ஒப்புதல் வாக்குமூலம்' சட்டவிரோதமானது என்றும் நம்பத்தகாதது என்றும் கூறி அதை நிராகரித்தது. அதற்கு முன்னரே தன்னைத் தானே குற்றம்சாட்டும் வகையில் 'ஊடகம் முன்னிலையில் ஒப்புதல் வாக்குமூலம்' அளிக்கும்படி அப்சலைப் பலவந்தப்படுத்தியதற் காகச் சிறப்புப் பிரிவை உயர் நீதிமன்றம் வன்மையாகக் கண்டித்தது.

அறவே உதறித்தள்ளப்பட்ட பழைய 'ஒப்புதல் வாக்கு மூலத்தை' *NDTV* மறுபடியும் எதற்காக இப்போது ஒளிபரப்பி யது? சிறப்புப் பிரிவின் காணொளிப் பதிவு இவர்களின்

கையில் எப்படிக் கிடைத்தது? அதற்கும் அப்சல் குருவின் கருணை மனுவுக்கு இந்தியக் குடியரசுத் தலைவரின் பதிலை அவர் எதிர்பார்த்திருப்பதற்கும் ஏதாவது சம்பந்தம் உண்டா? அதற்கும் தனது வழக்கை மீண்டும் விசாரிக்கும்படி அப்சல் முன்வைத்த பரிகார மனுவுக்கு உச்ச நீதிமன்றத்தின் பதிலை அவர் எதிர்பார்த்திருப்பதற்கும் ஏதாவது சம்பந்தம் உண்டா? அந்தக் காணொளிப் பதிவை 'மிகவும் நேர்மையான முறையில் ஒளிபரப்புவது எப்படி' என்பது குறித்து தாங்கள் மணிக்கணக் காக விவாதித்ததாக NDTVயின் மேலாண்மை ஆசிரியர் பர்க்கா தத் *Hindustan Times* செய்தித்தாளில் எழுதிய பத்தியில் குறிப்பிட் டுள்ளார். அது சிந்தித்து எடுக்கப்பட்ட முடிவு என்பதால் அது குறித்துத் தீவிரமாக விவாதிக்க வேண்டும்.

காட்சியின் தொடக்கத்தில், 'ஒப்புதல் வாக்குமூலம் அளிக்கும்' அப்சலின் உருவம் பதித்த 'அப்சல் தனது குற்றத்தை நீதிமன்றத்தில் ஒப்புக்கொண்டுள்ளார்' என்னும் கூற்றுப் பல நிமிடங்கள் காட்சியாகத் தெரிகிறது. இது அப்பட்டமான பொய். பிறகு 15 நிமிடங்கள் கருத்துரை எதுவுமின்றி 'ஒப்புதல் வாக்குமூலம்' தொடர்கிறது. அதன் பிறகு தோன்றும் நிலையச் செய்தியாளர் ஒருவர் 'அப்சலின் வாய்மொழியில் நாடாளு மன்றத் தாக்குதல் விவரம்' என்று அறிவிக்கிறார். இதுவும் மெய் போலத் தோன்றும் பொய்யே. நெடுநேரம் நிகழ்ச்சி தொடர்ந்த பிறகு தோன்றும் செய்தியாளர், அப்சல் தனது 'ஒப்புதல் வாக்குமூலத்தை' விலக்கிக்கொண்டுள்ளார் என்றும் தன்னைச் சித்திரவதைக்கு உட்படுத்தியே 'ஒப்புதல் வாக்கு மூலம்' பெறப்பட்டதாக அவர் தெரிவித்துள்ளார் என்றும் அறிவிக்கிறார். பிறகு கருத்துரையாளர்களுள் ஒருவரும், இதே வழக்கில் குற்றஞ்சாட்டப்பட்டவர்களுள் ஒருவருமான (சித்திர வதை பற்றியும் சிறப்புப் பிரிவு பற்றியும் ஓரளவு அறிந்தவரு மான) எஸ்.ஏ.ஆர். கீலானியை நோக்கி ஓர் இளிப்புடன் திரும்பும் நிலையச் செய்தியாளர், இந்த ஒப்புதல் வாக்குமூலம் 'பலவந்தப் படுத்திப்' பெறப்பட்டது என்றால், அப்சல் ஒரு நல்ல நடிகரே என்று குறிப்பிடுகிறார்.

(மேற்படி தொலைக்காட்சி நிலையச் செய்தியாளர் என்றுமே சித்திரவதைக்கு உட்பட்டதில்லை, அல்லது உருகுவே நாட்டின் சிறந்த எழுத்தாளர் எடுவார்டோ கலியானோவை வாசித்ததில்லை – 'மின்சாரம் பாய்ச்சிய தார்க்குச்சி கொண்டு குத்தினால் எல்லாரும் கதைசொல்வர்' என்பதை – வாசித்த தில்லை என்பது தெளிவு. காஷ்மீர் என்னும் போர் வலயத்தில் – அப்சலின் குடும்பத்தைப் போல் – அவரது குடும்பம் பணயக் கைதியாக வைக்கப்பட்டு, அவர் தில்லிக் காவல் துறையின்

தடுப்புக்காவலில் வைக்கப்பட்டால் எப்படி இருக்கு மென்பதையும் அவர் அறிந்ததில்லை.)

பின்னர் அப்சலின் 'ஒப்புதல் வாக்குமூலத்தையும்' அவர் நீதிமன்றத்தில் அளித்ததாகச் சொல்லி வேறொரு வாக்குமூலத்தையும் அந்த ஊடகம் ஒருசேர முன்வைத்தது. உண்மையில் இந்த இரண்டாம் வாக்குமூலம் என்பது, அப்சல் தன் உயர் நீதிமன்ற வழக்கறிஞருக்கு எழுதிய கடிதத்தின் நகல். அதில் காஷ்மீர் STFஐ அவர் சம்பந்தப்படுத்தியுள்ளார். நாடாளு மன்றத் தாக்குதலுக்குப் பல மாதங்களுக்கு முன்னரே STF தன்னைச் சட்டவிரோதமாகத் தடுப்புக்காவலில் வைத்திருந்து சித்திரவதைசெய்த விதத்தை அதில் அவர் விவரித்துள்ளார். தான் அப்சலைச் சட்டவிரோதமாகத் தடுப்புக்காவலில் வைத்திருந்து சித்திரவதை செய்ததை STFஇன் துணைக் கண்காணிப்பாளரே ஒப்புக்கொண்டு உறுதிப்படுத்திய சங்கதியை NDTV நமக்குத் தெரிவிக்கவில்லை. மாறாக, அப்சலை மேலும் களங்கப்படுத்துவதற்காக அவருடைய கடிதத்தை அது பயன்படுத்துகிறது. திரையின் அடியில் 'அப்சலின் வாக்குமூலங்கள் மாறுகின்றன' என்ற தடித்த எழுத்துகள் வேறு தென்படுகின்றன.

இன்னொரு தீவிரமான அறநெறிப் பிரச்சினையும் உண்டு: 2001 டிசம்பர் மாதம் அப்சல், சிறப்புப் பிரிவுக்கு அளித்த ஒப்புதல் வாக்குமூலத்தில் ('ஊடகம் முன்னிலையில் அளித்த ஒப்புதல் வாக்குமூலத்தில்' அல்ல) எஸ்.ஏ.ஆர். கீலானியைச் சம்பந்தப்படுத்தி, கீலானியே சதியின் சூத்திரதாரி என்று கூறியிருந்தார். சிறப்புப் பிரிவு முன்வைத்த குற்றப் பத்திரிகைக்கு இசைவாக அமைந்த அக்கூற்று பின்னர் பொய்யென்று தெரிய வந்து, உச்ச நீதிமன்றம் கீலானியை விடுதலை செய்தது தெரிந்ததே. எனினும், ஒளிபரப்பப்பட்ட அப்சலின் ஒப்புதல் வாக்குமூலத்தில் இந்தக் கூற்று ஏன் தவிர்க்கப்பட்டது? ஒப்புதல் வாக்குமூலம் புனையப்பட்டதாகத் தோன்றாதிருப்பதற்காக அது தவிர்க்கப் பட்டதா? அதன் நம்பகத்தன்மை ஓங்கும் வண்ணம் அது தவிர்க்கப்பட்டதா? அதைத் தவிர்க்கும் முடிவை எடுத்தது யார்? NDTVயா? சிறப்புப் பிரிவா?

இவை அனைத்தும் மேற்படி நிகழ்ச்சியின் ஒளிபரப்பை ஒரு பக்கச்சார்பான நடவடிக்கையாக மாற்றுகின்றன. நிகழ்ச்சி தொடரவே சமூகத்தின் 'கூட்டு மனச்சாட்சி' அதன் அபிப்பிராயத்தை உருவாக்கிய விதத்தைக் கண்டு வியப்பு மேலிடவில்லை. அடித்திரையில் ஓடிய குறுஞ்செய்திக் குறிப்பு கள் பின்வருமாறு:

(ஹிந்தியில்) அவனைத் துண்டு துண்டாக வெட்டி நாய் களுக்குப் போடுங்கள்!

அவன் கை, கால்களை முறித்தெடுத்து, தெருவில் பிச்சை எடுக்க விடுங்கள்!

(ஆங்கிலத்தில்) லால் சௌக்கில் வைத்து அவனை விரைக் கொட்டையில் கட்டித்தூக்குங்கள்! அவனையும் அவனை ஆதரிப்பவர்களையும் தூக்கிலிடுங்கள்!

ஷரியா நீதிமன்றங்கள் இல்லாவிட்டாலும் கூட நாம் நேர்த்தியாகவே யோசிக்கிறோம்!

மேற்படி காணொளிப் பதிவைப் பெற்றுத் தந்தமைக்காக அதே நிகழ்ச்சியில் நீதா சர்மா என்னும் செய்தியாளர் பல தடவை பாராட்டப்படுகிறார். ஏற்கெனவே அன்ஸல் பிளாசாவில் 'என்கவுண்டர்'; இஃப்திகார் கிலானி வழக்கு; எஸ்.ஏ.ஆர். கீலானி வழக்கு ஆகியவற்றில் அவர் வெளியிட்ட பொய்கள் அம்பலப் படுத்தப்பட்டுள்ளன. இந்த வழக்கும் அவற்றுடன் சேர்கிறது. முன்பு நீதா சர்மா *Hindustan Times* செய்தியாளராக இருந்தார். சிறப்புப் பிரிவு பிரசுரங்களை வெளியிட்டமைக்காக அவருக்குப் பதவியுயர்வு கிடைத்திருப்பதாகத் – செய்தித்தாளிலிருந்து அவர் தொலைக்காட்சிக்கு உயர்த்தப்பட்டுள்ளதாக – தெரிகிறது.

உண்மையில் இத்தகைய நிலவரம், காவல் துறையின் உள்ளேயும் உளவுப் படைகளின் உள்ளேயும் ஊடக நிறுவனங் கள் தடம் பதித்துள்ளனவா அல்லது ஊடக நிறுவனங்களின் உள்ளே காவல் துறையும் உளவுப்படைகளும் தடம் பதித் துள்ளனவா என்பது புரியாத நிலைக்கே நம்மை இட்டுச் செல்கிறது.

மேற்படி நிகழ்ச்சியில் மிகவும் அமைதிகாத்த கருத்துரை யாளரும் புலனாய்வுத் துறையின் முன்னாள் இணை இயக்குநரு மாகிய எம்.கே. தார் மிகவும் மர்மமானவராகத் தென்பட்டார். வியப்பூட்டும் வண்ணம் வெளிப்படையாக எழுதப்பட்ட *Open Secrets: India's Intelligence Unveiled* என்னும் தனது நூலில் கூறியதை அவர் இங்குத் திருப்பிக் கூறவில்லை. அதாவது: 'என்றோ ஒருநாள் மனச்சாட்சியின் உறுத்தலற்ற புலனாய்வாளர் கள், பேராசைபிடித்த ராணுவ அதிகாரிகளுடன் கூட்டுச் சேர்ந்து வலுவிழந்துவரும் நமது ஜனநாயகக் கட்டமைப்பைப் பயன்படுத்தி இந்த நாட்டின் அரசியல் கட்டுக்கோப்பையே மாற்றக் கூடும்.'

வலுவிழந்து வரும் நமது ஜனநாயக் கட்டமைப்பு. இதை விடச் சிறப்பாக என்னால் முன்வைத்திருக்க முடியாது.

***ஹிந்துஸ்தான் டைம்ஸ்*, டிசம்பர் 22, 2006**

அஸாதி

சுதந்திரம் என்னும் சொல்லை அதன் ஆழ்ந்த பொருளில் இங்கு நான் பயன்படுத்துகிறேன். கிட்டத் தட்ட ஜூன் மாதம் இறுதிமுதல் கடந்த அறுபது நாட்களுக்கு மேலாகக் காஷ்மீர் மக்கள் சுதந்திரத்தை அனுபவித்துள்ளார்கள். உலகிலேயே ஆயுதமேந்திய ராணுவ வீரர்கள் அதிகம் அடர்ந்த பகுதியில், பயங்கர ஆயுதங்கள் ஏந்திய 5 லட்சம் வீரர்களின் துப்பாக்கி முனையில் வாழும் பயங்கரத்தை அவர்கள் உதறித் தள்ளிவிட்டார்கள்.

அங்கே 18 ஆண்டுகளாக ராணுவ ஆதிக்கம் செலுத்தி வரும் இந்திய அரசின் மோசமான கொடுங்கனவு தற் போது நனவாகியுள்ளது. அங்கே தீவிரவாத இயக்கம் நசுக்கப்பட்டுவிட்டதென்று முழங்கிய அரசு தற்போது பாமரர்களின் அகிம்சைப் போராட்டத்தை எதிர்கொண் டுள்ளது. ஆயினும் இந்த அகிம்சைப் போராட்டத்தைக் கையாளும் விதம் அதற்குத் தெரியவில்லை. பல்லாண்டு களாக, பல்லாயிரக்கணக்கானோர் கொல்லப்பட்டுள்ளார் கள். பல்லாயிரக்கணக்கானோர் காணாமல் 'போக்கடிக்கப் பட்டுள்ளார்கள்.' பல்லாயிரக்கணக்கானோர் சித்திர வதைக்கு உள்ளாக்கப்பட்டு, துன்புறுத்தப்பட்டு, இழிவு படுத்தப்பட்டுள்ளார்கள். இவர்களின் நினைவுகளே மக்களின் போராட்டத்தை ஊட்டி வளர்ப்பவை. மக்களின் சீற்றம் வெடித்த பின்னர் அதை எளிதில் தணிக்க முடியாது.

விவரம் அறிந்தவர்கள் இந்திய அரசை 'ரகசிய அரசு' என்று இனங்காண்பதுண்டு. அத்தகைய இந்திய அரசு இத்தனை ஆண்டுகளாகக் காஷ்மீர் மக்களை நிலை குலைக்கவும் அடக்கவும் ஒடுக்கவும் மிரட்டவும் இழிவு படுத்தவும் விலைக்கு வாங்கவும் அவர்களைப் பற்றித்

தவறாக எடுத்துரைக்கவும் தவறான விளக்கம் அளிக்கவும் தன்னால் இயன்ற அனைத்தையும் செயதுவந்துள்ளது – மொத்தத்தில் அவர்களின் குரல்வளையை நெரித்துள்ளது. ஜனநாயகவாதிகள் குறிப்பிடும் 'மக்களின் விருப்'பத்தை ஒடுக்குவதற்குப் பெரும் பணம், கடும் வன்முறை, பொய்த் தகவல், பிரசாரம், சித்திரவதை, ஒத்தூதுபவர்களும் தகவல் தெரிவிப்பவர்களும் இணைந்த விரிவான கட்டமைப்பு, பீதியூட்டல், சிறைவாசம், அச்சுறுத்தல், தேர்தல் மோசடி போன்றவற்றை அது பயன் படுத்தி வந்துள்ளது. ரகசிய அரசுகள் இறுதியில் தங்கள் இறுமாப்பில் இடறி, தங்கள் பிரசாரத்தையே நம்ப முற்படுபவை. அவ்வாறே இந்திய ரகசிய அரசும் ஆதிக்கத்தை வெற்றி என்றும் துப்பாக்கி முனையில் நிலைநாட்டிய 'இயல்பு நிலையை' உண்மையான அமைதி என்றும் கோபத்துடன் கூடிய மக்களின் மௌனத்தைச் சம்மதமென்றும் நம்பும் தவறைச் செய்துள்ளது.

புகழ்பெற்ற சமாதானத் தூதர்கள் மக்கள்சார்பாக நம்மிடம் பேசும்போது, 'காஷ்மீரிகள் வன்முறையால் சலிப்புற்று, அமைதியை நாடுகிறார்கள்' என்று தெரிவித்துள்ளார்கள். ஆனால் எத்தகைய அமைதியை அவர்கள் ஏற்றுக்கொள்ள விரும்புகிறார்கள் என்பதை என்றுமே தெளிவுபடுத்தியதில்லை. அதேவேளை காஷ்மீரின் துன்பங்களுக்கு மக்கள் வெறுப்புக் காளான பயங்கரவாதிகளே காரணமென்று நம்புமளவுக்குப் பெரும்பாலான இந்தியர்களைக் காஷ்மீர் / முஸ்லிம் பயங்கரவாதம் பற்றிய பாலிவூட் திரைப்படங்கள் மூளைச்சலவை செய்து வைத்துள்ளன.

காஷ்மீர் மக்கள் மிக நெருக்கடியான தருணங்களிலும் கூட அமைதிக்காக மட்டுமன்றி, சுதந்திரத்தையும் வேண்டு கிறார்களென்பது மக்களிடம் கேட்டறிய விரும்பும் யாருக்கும் முக்கியமாக, செவிமடுக்க விரும்பும் யாருக்கும் எப்போதும் தெளிவாகப் புலப்படும். மக்கள் சரிக்குச்சரி அச்சுறுத்தும் 'இரு பீரங்கிகளுக்கு' நடுவே மாட்டிக்கொண்டு முழிப்பதாக உருவாக்கப்படும் பிம்பம் கடந்த இரண்டு மாதங்களில் சிதறக்கப் பட்டுள்ளது.

அமர்நாத் கோயில் நிர்வாகத்திற்கு (காஷ்மீர் இமாலய உட்குகை ஒன்றுக்கு ஆண்டுதோறும் யாத்திரை நடத்தும்) வனப்பகுதியில் ஏறத்தாழ 100 ஏக்கர் நிலம் வழங்கப்பட்டது விதியால் ஏற்பட்ட திடீர் திருப்பம். இது ஒரு தீக்குச்சியைக் கொளுத்தி ஒரு பெட்ரோல் பீப்பாய்க்குள் போடுவது போல் மோசமான முறையில் தீட்டப்பட்ட திட்டம். 1989வரை அமர்நாத் யாத்திரை ஏறத்தாழ 20,000 மக்களை ஈர்த்து வந்தது.

அமர்நாத் குகைக்கு மக்கள் மேற்கொண்டு வந்த இரண்டு வாரப் பயணம் அது. 1990ஆம் ஆண்டு இந்தியச் சமவெளியில் கொடிய இந்துத்துவம் பரவிய வேளையில், காஷ்மீர் பள்ளத் தாக்கில் இஸ்லாமியத் தீவிரவாதிகள் பகிரங்கமாகக் கிளர்ந் தெழுந்தனர். அவ்வேளையில் அமர்நாத் யாத்திரிகர்களின் எண்ணிக்கையும் பெருமளவில் அதிகரித்தது. 2008இல் 5 லட்சத் துக்கும் அதிகமான யாத்திரிகர்கள் திரள்திரளாக அமர்நாத் குகைக்குச் சென்று வந்தார்கள். அவர்களின் யாத்திரைக்குப் பல சமயங்களில் இந்திய வர்த்தக அமைப்புகளே புரவலர்களாக இருந்தன. எனினும் யாத்திரிகர்களின் திடீர்ப் பெருக்கத்தைக் காஷ்மீர் பள்ளத்தாக்கில் வாழும் மக்களில் பலர், இந்துத்துவ அடிப்படைவாதத்தை கடைப்பிடிக்கும் இந்திய அரசால் விடுக்கப் பட்ட அரசியல் செய்தியாகவே கருதினார்கள். சரியோ தவறோ மேற்படி நிலம் வழங்கியது இந்துக்களுக்கும் முஸ்லிம்களுக்கும் இடையே பிரிவை உருவாக்க மேற்கொள்ளப்பட்ட நடவடிக்கை என்றே பார்க்கப்பட்டது. பாலஸ்தீனத்தில் இஸ்ரேலியர் அமைப்பது போன்ற நுட்பமான குடியேற்றத் திட்டத்தின் தொடக்கமென்ற அச்சம் இங்கு மக்களிடையே பரவ அது வழிவகுத்தது. நாள்தோறும் நடந்த பெரும் ஆர்ப்பாட்டங்களால் காஷ்மீர் பள்ளத்தாக்கு முற்றிலும் முடங்கியது. நகரங்களில் தோன்றிய ஆர்ப்பாட்டங்கள் ஒருசில மணிநேரங்களுக்குள் கிராமங்களுக்குப் பரவின. கல்லெறியும் இளைஞர்கள் தெருவில் இறங்கி ஆயுதம் ஏந்திய காவல்துறையினரை எதிர்கொண்டனர். காவல்துறையினர் நேரே அவர்களை நோக்கிச் சுட்டதில் 50க்கும் மேற்பட்டவர்கள் பலியாயினர். மக்களுக்கும் அரசாங்கத் துக்கும் 90களின் தொடக்கத்தில் இடம்பெற்ற கிளர்ச்சியின் நினைவுகள் எழுந்தன. வாரந்தோறும் ஆர்ப்பாட்டம், கதவடைப்பு, காவல்துறையினரின் துப்பாக்கிச் சூடுகள் நிகழ்ந்து வந்தன. காஷ்மீரிகள் அத்துமீறி இனவாத வன்முறைகளில் ஈடுபடுவ தாக இந்திய இந்துத்துவ பிரசார எந்திரம் குற்றச்சாட்டி வந்தது. எனினும் 5 லட்சம் அமர்நாத் யாத்திரிகர்கள் எவ்விதத் துன்பத்துக்கும் ஆளாகாமல், உள்ளூர் மக்களின் விருந்தோம்ப லால் நெகிழ்ந்தவர்களாய்த் தங்கள் யாத்திரையை நிறைவேற்றித் திரும்பினார்கள்.

இறுதியில், தாங்கள் எதிர்கொண்ட எதிர்வினையின் தீவிரம் கண்டு முற்றிலும் அதிர்ச்சியடைந்த ஆட்சியாளர்கள், தாங்கள் வழங்கிய நிலத்தைத் திரும்பப் பெற்றுக்கொண்டனர். ஆனால் அதற்குள் நிலம் வழங்கிய விவகாரம் பின்னுக்கு போய் ஆர்ப்பாட்டங்கள் கட்டுக்கடங்காது பெருகின.

நிலம் திரும்பப் பெறப்பட்டதை எதிர்த்து இந்துப் பெரும் பான்மை ஜம்முவில் பெரிய ஆர்ப்பாட்டங்கள் நிகழ்ந்தன. பிரச்சினை அங்கு மேன்மேலும் மோசமடைந்தது. இந்திய அரசு பாரபட்சமாக நடந்து தங்களைப் புறக்கணிப்பதாக மக்கள் பிரச்சினையைக் கிளப்பினார்கள். (ஏதோ சில விசித்திர காரணங்களால், தாங்கள் புறக்கணிக்கப்படுவதற்குக் காஷ்மீரி களையே அவர்கள் குறைகூறினார்கள்.) அவர்களுடைய ஆர்ப்பாட்டங்கள் காஷ்மீரையும் இந்தியாவையும் இணைக்கும் ஜம்மு – ஸ்ரீநகர் நெடுஞ்சாலை – மறியலுக்கு வழிவகுத்தன. ஜம்மு – ஸ்ரீநகர் நெடுஞ்சாலையில் டிரக்குகள் போக்குவரத்தைச் சரிப்படுத்த ராணுவப் படையினர் வரவழைக்கப்பட்டனர். அதேவேளை காஷ்மீரைச் சேர்ந்த டிரக் ஓட்டுநர்களுக்கு எதிராக, அவர்களுக்குப் பாதுகாப்பு இல்லாத, பஞ்சாப் மாநிலத்தில் வன்முறைகள் நடந்ததாகச் செய்திகள் வெளிவந்தன. இதன் விளைவாக உயிருக்கு அஞ்சிய காஷ்மீரி டிரக் ஓட்டுநர்கள் நெடுஞ்சாலையைப் பயன்படுத்த மறுத்தனர். டிரக்குகளில் முடங்கிய பழவகைகளும் காஷ்மீர் பள்ளத்தாக்கின் விளை பொருட்களும் அழுகத் தொடங்கின. சாலைமறியலால் நிலைமை கட்டுக்கடங்காமல் மோசமடைந்தது மிகவும் வெளிப்படையாகவே தெரிந்தது. பின்னர் சாலைமறியல் நீக்கப்பட்டுவிட்டதாகவும் டிரக்குகள் சென்றுவருவதாகவும் அரசாங்கம் அறிவித்தது. இந்திய அரசுடன் இரண்டறக் கலந்திருந்த ஊடகவியலாளர்கள் 'உளவுப்படை' தகவல்களை மேற்கோள்காட்டி, சாலைமறியல் நடைபெற்றதாகக் 'கருதப்பட்டது' என்று குறிப்பிடத் தொடங்கியதுடன், சாலைமறியல் நடைபெறவே யில்லை என்றும் சாதித்தார்கள்.

ஏற்கெனவே கடும் தாக்கம் ஏற்பட்டுவிட்டதால் அத்தகைய விளையாட்டுகளுக்கான காலம் கடந்துவிட்டது. நமது சகிப்புத் தன்மையை நம்பியே அவர்கள் வாழ வேண்டியுள்ளது என்பதும் அவர்கள் ஒழுங்காக நடக்காவிட்டால், முற்றுகைக்கும் பட்டினிக்கும் உள்ளாகக்கூடும்; அத்தியாவசியப் பொருட்களும் மருந்து வகைகளும் கிடைக்காமல் போகக்கூடும் என்றெல்லாம் காஷ்மீர் மக்களுக்குத் தெள்ளத் தெளிவாக உணர்த்தப்பட்டது. இவ்வாறு காஷ்மீர் மக்களின் மனத்தில் உளவியல்ரீதியான தடை ஏற்பட்டது. இந்தத் தடையுடன், இந்தியாவையும் காஷ்மீரையும் இணைத்த கடைசித் தளிர்க்கொடியும் பட்டுப்போனது.

அத்துடன் விவகாரம் முடிந்துவிடுமென்று எதிர்பார்ப்பது அபத்தமே. காஷ்மீர் குடிமக்கள் தண்ணீர், மின்சார வசதிகளைக் கோரி மேற்கொள்ளும் சிறிய ஆர்ப்பாட்டங்களே

தவிர்க்கவியலாதவாறு விடுதலைக் கோரிக்கையாக மாறுவதை ஒருவரும் அவதானிக்கவில்லையா? கடும் பட்டினிக்கு உள்ளாக்கப்படுவார்களென்று அவர்களை அச்சுறுத்துவது அரசியல் தற்கொலைக்கு நிகரானது அல்லவா?

காஷ்மீரில் ஒலித்த குரலை ஒடுக்க இந்திய அரசாங்கம் அரும்பாடுபட்டது. எனினும் அந்தக் குரல் பெரும் முழக்கமாக மாறியதில் வியப்பில்லை. ஆயுதம் ஏந்தாத பல்லாயிரக்கணக் கானோர் தங்கள் நகரங்களையும் தெருக்களையும் பேட்டை களையும் மீட்க வெளிவந்துள்ளார்கள். அவர்களின் எண்ணிக்கை யும் அஞ்சாநெஞ்சமும் ஆயுதம் ஏந்திய பாதுகாப்பு படையின ரையே திணறவைத்துள்ளன.

படைமுகாம்கள், சோதனைச் சாவடிகள், பதுங்கு குழிகள், சித்திரவதைக் கூடங்கள் சூழப்பட்ட விளையாட்டுக் களங் களைக் கொண்ட இளந் தலைமுறையினர் தமது பெரிய ஆர்ப்பாட்டங்களின் வலிமையை விரைவில் கண்டுகொண்டார் கள். எல்லாவற்றிற்கும் மேலாக, தங்கள் தோள்களை நிமிர்த்தி, தங்களுக்காகப் பேசுவதில், தங்களுக்காகத் தாங்களே வாதாடு வதில் பொதிந்துள்ள மேன்மையை அவர்கள் கண்டுகொண் டார்கள். அவர்களின் ஆர்ப்பாட்டங்கள் அலைபாய்ந்து வருகின்றன. மரணபயம் கூட அவர்களைத் தடுப்பதாகத் தெரியவில்லை. மரணபயம் அகன்றபிறகு, உலகிலேயே மிகப் பெரிய அல்லது இரண்டாவது பெரிய படையால் என்ன பயன்? இத்தகைய ஆர்ப்பாட்டங்கள் மூலம் சுதந்திரம் பெற்ற இந்தியர்களைவிட வேறு யார் இதை நன்கறிய முடியும்?

காஷ்மீர் நிலவரம் இப்படி இருக்கையில், இது முழுவதும் பாகிஸ்தானிய ஐ.எஸ்.ஐ.யின் வேலை, தீவிரவாதிகள் மக்களைப் பலவந்தப்படுத்தி வருகிறார்கள் என்றெல்லாம் புரட்டர்கள் இனி பழைய பல்லவி பாடுவது கடினம்; வரையறுக்கமுடியாத 'காஷ்மீரி செண்டிமெண்ட்'டுக்காக வாதாடும் உரிமையை யார் கோரலாமென்ற கேள்வி 30களிலிருந்து காரசாரமான சர்ச்சைக்கு உள்ளாகி வந்துள்ளது. ஷேக் அப்துல்லா கோர முடிந்ததா? முஸ்லிம் மாநாடு கோர முடிந்ததா? இன்று யார் கோர முடியும்? முக்கிய அரசியல் கட்சிகள் கோர முடியுமா? ஹுரியத் கோர முடியுமா? தீவிரவாதிகள் கோர முடியுமா? தற்போதைய ஆட்டத்துக்குப் பரந்துபட்ட பாமரமக்களே பொறுப்பேற்றுள்ளார்கள். கடந்த காலத்தில் பெரிய பேரணி கள் நடந்ததுண்டு. எனினும் இதற்கு முன்னர் பரந்தளவிலான பெரிய பேரணிகள் இடைவிடாது நடந்ததில்லை. காஷ்மீரில்

அடுத்தடுத்து நிகழும் தேர்தல்களில் மக்கள் வாக்களிப்பது குறைவு. எனினும் முக்கிய அரசியல் கட்சிகளை – தேசிய மாநாட்டுக் கட்சியை, மக்கள் ஜனநாயகக் கட்சியை – இந்திய ரகசிய அரசும் ஊடகங்களும் கொண்டாடிவருகின்றன. புது தில்லித் தொலைக்காட்சி நிலையங்களில் நிகழும் விவாதங்களில் அவை கடமை தவறாது தோன்றிவருகின்றன. எனினும் காஷ்மீர் தெருக்களில் தோன்றும் நெஞ்சுரத்தை அவற்றால் பெற முடிய வில்லை. ஆண்டுக்கணக்காக நிகழ்ந்த படுமோசமான அடக்கு முறையை எதிர்கொண்ட ஆயுதம் ஏந்திய தீவிரவாதிகள் மாத்திரமே விடுதலையின் ஒளிவிளக்கை முன்னெடுத்துச் சென்றதாகக் கருதப்பட்டது. அவர்கள் இன்னமும் நிலை கொண்டுள்ளார்களென்று வைத்துக்கொண்டால், ஒரு மாற்றாகத் தாங்கள் பின்னகர்ந்து, மக்களை முன்னகர்ந்து போராட விடுவதற்கு அவர்கள் விரும்புவது போல் தெரிகிறது.

பேரணிகளில் தோன்றி உரையாற்றும் பிரிவினைவாத தலைவர்கள் ஆதரவாளர்களேயொழிய தலைவர்கள் அல்லர். கூண்டில் அடைபட்டு, வெகுண்டெழுந்து, காஷ்மீர் தெருக்களில் இறங்கி முழக்கமிட்ட மக்களின் மகத்தான தன்னெழுச்சியே அவர்களை வழிநடத்தியது. அத்தகைய தலைவர்கள் முன் முற்றுமுழுதான புரட்சி முன்வைக்கப்பட்டுள்ளது. அவர்களுக்கு விதிக்கப்பட்ட ஒரேயொரு நிபந்தனை, அவர்கள் மக்கள் சொற்படி நடக்க வேண்டுமென்பதே. மக்கள் கேட்க விரும்பாத வற்றை அவர்கள் சொன்னால், பகிரங்கமாக மன்னிப்புக்கோரி, தமது வழியை மாற்றிக்கொள்ளும்படி அவர்கள் மென்மையாகத் தூண்டப்படுவார்கள். இது சையத் அலி ஷா கீலானி உட்பட அனைவருக்கும் பொருந்தும். அந்த இயக்கத்தின் ஒரேயொரு தலைவர் தான்தானென்று அண்மையில் நிகழ்ந்த ஒரு பொதுக் கூட்டத்தில் கீலானி முழங்கினார். அது ஒரு மாபெரும் அரசியல் அசட்டுத்தனம் ஆனது. போராட்ட அணிகள் பலவற்றிடையே இளந்தளிர் போல் மலர்ந்த புதிய நட்புறவை அது கிட்டத் தட்ட தகர்த்துவிட்டது என்றே கூறலாம். ஒருசில மணிநேரங் களுக்குள் தனது கூற்றை அவர் விலக்கிக் கொண்டார். நீங்கள் விரும்பினாலும் விரும்பாவிட்டாலும் இது ஜனநாயகம். எந்த ஜனநாயகவாதியும் இது தெரியாததுபோல நடிக்க முடியாது.

நாள்தோறும் பல்லாயிரக்கணக்கான மக்கள் தமக்குப் பயங்கர நினைவுகளை ஊட்டிய இடங்களில் திரள்கிறார்கள். பதுங்கு குழிகளைத் தகர்த்தெறிந்து, மதில்மேலிட்ட முட்கம்பிச் சுருள்களை அறுத்தெறிந்து, படையினரின் இயந்திரத் துப்பாக்கி களை எதிர்கொண்டு, இந்தியாவில் மிகச்சிலர் மட்டுமே

விரும்பும் "அஸாதி! எமக்குச் சுதந்திரம் வேண்டும்!" என்னும் முழக்கமிடுகிறார்கள். அனைவரும் மிகத் தீவிரமாகப் "பாகிஸ்தான் வாழ்க!" என்று முழங்குகிறார்கள்.

தகரக் கூரையில் அடைமழை சத்தமெழுப்புவது போல், இடி முழங்குவது போல் காஷ்மீர் பள்ளத்தாக்கு எங்கும் அந்த முழக்கம் எதிரொலிக்கிறது. நடத்தப்படாமலே விடப் பட்ட உண்மையான பொதுத்தேர்தல், காலவரையறையின்றி ஒத்திவைக்கப்பட்ட கருத்துப் பதிவு இதுதான்.

ஆகஸ்ட் 15 அன்று, இந்திய சுதந்திர தினத்தன்று ஸ்ரீநகர் அறவே செயலிழந்து நின்றது. வெறிச்சோடிக்கிடந்த பக்ஷி விளையாட்டரங்கில் அதிகாரிகள் ஒருசிலர் முன்னிலையில் ஆளுநர் கொடியேற்றினார். ஒருசில மணிநேரங்கள் கழித்து நகரின் மையத்தில் அமைந்துள்ள லால் செளக் சதுக்கத்தில் கூடிய ஆயிரக்கணக்கான மக்கள் பாகிஸ்தானியக் கொடியை ஏற்றிவைத்து, ஒருவருக்கொருவர் 'தாமதித்த சுதந்திர நாள்' வாழ்த்தும் 'இனிய அடிமைத்தளை நாள்' வாழ்த்தும் பரிமாறிக் கொண்டார்கள். காஷ்மீரில் அமைந்துள்ள இந்தியச் சிறை களையும் சித்திரவதைக் கூடங்களையும் மீறி தப்பிப் பிழைத் திருக்கிறது நகைச்சுவை. (பா.ஜ.க. தலைவரும் சிறுவர் வரலாற்றுப் பாடநூல்களில் இந்துத்துவத்தைப் புகுத்த முயன்ற சர்ச்சையில் ஈடுபட்டவருமான முரளி மனோகர் ஜோஷி, லால் செளக் சதுக்கத்தில் எல்லைக் காவல் படையைக் கொண்டு கொடி ஏற்றும் வழக்கத்தை 1992ஆம் ஆண்டு ஆரம்பித்துவைத்தார். பாகிஸ்தான் சுதந்திர தினம்: ஆகஸ்ட் 14).

ஆகஸ்ட்16 அன்று ஆயிரக்கணக்கான மக்கள் ஹுரியத் தலைவர் ஷேக் அப்துல் அஸிஸின் கிராமமாகிய பம்பூருக்கு அணிவகுத்துச் சென்றார்கள். அதற்கு 5 நாட்களுக்கு முன்னர் தான் அவர் கொடூரமான முறையில் சுட்டுக்கொல்லப்பட் டிருந்தார். இந்திய – பாகிஸ்தானிய கட்டுப்பாட்டு எல்லையை நோக்கி மேற்கொள்ளப்பட்ட பெரும் அணிவகுப்பில் அவர் பங்கேற்றிருந்தார். ஜம்மு நெடுஞ்சாலையில் போக்குவரத்து தடைசெய்யப்பட்டுள்ளதால், காஷ்மீர் துண்டாடப்படுவதற்கு முன்னர் இருந்தது போல் மக்களும் பொருட்களும் போய் வருவதற்கு ஸ்ரீநகர் – முசாஃபர்பாத் நெடுஞ்சாலையைத் திறந்து விடுவதே நியாயம், திறந்துவிட வேண்டுமென்பதே அங்கு அணிவகுத்துச் சென்றவர்களின் கோரிக்கை.

ஆகஸ்ட் 18 அன்று ஸ்ரீநகரில் பல்லாயிரக்கணக்கானோர் மூன்று கோரிக்கைகள் அடங்கிய பத்திரம் ஒன்றை ஒப்படைக்க ஐ.நா. ராணுவக் கண்காணிப்பாளர் குழுமத்துக்கு (UNMOGIP)

அருகில் உள்ள சுற்றுலாப்பயணி வரவேற்பு மைய வெளியில் கூடினார்கள். அந்தப் கோரிக்கைகள்: இந்திய ஆட்சி முடிவுக்கு வர வேண்டும்; ஐ.நா. அமைதிப்படை நிலைநிறுத்தப்பட வேண்டும்; இருபதாண்டுகளாக இந்தியப் படையினரும் காவல் துறையினரும் ஏறத்தாழ முற்றிலும் தண்டனைப் பயமின்றிப் புரிந்த போர்க் குற்றங்கள் விசாரிக்கப்பட வேண்டும்.

அப்பேரணிக்கு முதல் நாள் அதைத் தடுக்க இந்திய ரகசிய அரசு அரும்பாடுபட்டது. அன்று மாலை புதுதில்லியில் உள்துறைச் செயலர் உயர்மட்டக் கூட்டம் ஒன்றைக் கூட்டியதாக என் ஊடக நண்பர் ஒருவர் தொலைபேசி வாயிலாக என்னிடம் தெரிவித்தார். பாதுகாப்புச் செயலரும் உளவுப்படைத் தலைவர்களும் அதில் கலந்துகொண்டார்கள். ஐ.எஸ்.ஐ.யின் சிறு பிரிவு ஒன்று காஷ்மீர் கிளர்ச்சியை ஒழுங்குபடுத்தி வருவதாக அரசாங்கம் கருதுவதற்குக் காரணம் உள்ளது என்னும் ரகசியத் தகவலை மனத்தில் இருத்தி காஷ்மீர் குறித்த செய்திகளை வெளியிட வேண்டும் (அல்லது அதைவிட நல்லது, வெளியிடாதிருக்க வேண்டும்?) என்று தொலைக்காட்சிகளின் செய்தி ஆசிரியர்களிடம் தெரிவிப்பதற்காகவே அக்கூட்டம் கூட்டப்பட்டது. மேற்படி அறிவுரைகளின்படி தொலைக்காட்சி ஊடகங்கள் நடந்திருந்தால் அவற்றின் நிலை கேலிக்குரியதாகியிருக்கும்! நல்லவேளையாக நமது தொலைக்காட்சிகள் இந்தக் கோரிக்கையை ஏற்கவில்லை.

ஆகஸ்ட் 17 அன்று இரவு காவல்துறையினர் ஸ்ரீநகரை சீல்வைத்து மூடினர். தெருக்களில் தடுப்புகள் இடப்பட்டன. ஆயுதம் ஏந்திய காவல்துறையினர் ஆயிரக்கணக்கானோர் தடுப்பிடங்களில் குவிக்கப்பட்டார்கள். ஸ்ரீநகர் செல்லும் தெருக்களில் தடைகள் இடப்பட்டன. எனினும் 18 ஆண்டுகளில் முதல் முறையாகக் காவல்துறையினர் சுற்றுலாப்பயணி வரவேற்பு மைய வெளியில் கூடி உரையாற்றும்படியும் ஐ.நா. ராணுவக் கண்காணிப்பாளர் குழும அலுவலகத்துக்கு அணிவகுத்துச் செல்ல வேண்டாமென்றும் ஹுரியத்திடம் மன்றாட நேர்ந்தது. ஸ்ரீநகர் குப்கார் வீதியில் ஐ.நா. அலுவலகம் அமைந்துள்ளது. அங்கேதான் ஆண்டுக்கணக்காக இந்திய ஆட்சியினர் மிடுக்குடனும் பகட்டுடனும் அரணமைத்துத் தங்கியுள்ளனர்.

ஆகஸ்ட் 18 அன்று காலை காஷ்மீர் பள்ளத்தாக்கு முழுவதும் உள்ள கிராமங்கள், நகரங்களிலிருந்து டிரக்குகளிலும் வேன்களிலும் ஜீப்புகளிலும் பேருந்துகளிலும் கால்நடையாகவும் புறப்பட்ட மக்கள் ஸ்ரீநகருக்குள் சென்று குவியத் தொடங்கினார்கள். மீண்டும் தெருவில் அமைந்த தடைகளைத் தகர்த்து,

தங்கள் நகரை அவர்கள் மீட்டுக்கொண்டார்கள். காவல்துறையினர் விலகிக்கொள்ளவோ பெரிய படுகொலை ஒன்றை நிகழ்த்தவோ வேண்டியதிருந்தது. காவல்துறையினர் விலகிக் கொண்டார்கள். ஒரு தோட்டாகூடச் சுடப்படவில்லை.

புன்னகை வெள்ளத்தில் ஸ்ரீநகர் மிதந்தது. காற்றில் பேரானந்தம் கலந்திருந்தது. சுற்றுலாப் படகு உரிமையாளர்கள், வர்த்தகர்கள், மாணவர்கள், வழக்கறிஞர்கள், மருத்துவர்கள் . . . ஆகிய ஒவ்வொருவரும் பதாகையை ஏந்தியிருந்தார்கள். 'நாங்கள் எல்லோரும் கைதிகள், எங்களை விடுதலை செய்யுங்கள்' என்பது ஒரு பதாகை. சுதந்திரமற்ற ஜனநாயகம் என்பது கேடான பித்துக்குளித்தனம் என்பது இன்னொரு பதாகை. கேடான பித்துக்குளித்தனம் என்பது நல்லதொரு பதம். தனது மதச்சார் பற்ற நற்பண்புகளை மேம்படுத்துவதற்காக இனப் படுகொலை புரிந்த ஒரு நாட்டின் அநியாயத்தை அது குறிப்பிடலாம். உலகின் மிகப்பெரிய ராணுவ ஆக்கிரமிப்பை நடத்திக்கொண்டு தொடர்ந்து தன்னை ஒரு ஜனநாயக நாடென்று கூறிக்கொள்ளும் உலகின் மிகப்பெரிய ஜனநாயக நாட்டின் பைத்தியக்காரத் தனத்தை அது குறிப்பிடலாம்.

விளக்குக்கம்பங்கள், வீட்டுக்கூரைகள், பேருந்து நிலையங்கள், சினார்மர உச்சிகள் அனைத்திலும் பச்சைக்கொடிகள் பறந்தன. அகில இந்திய வானொலி நிலையக் கட்டடத்துக்கு வெளியே பெரிய பச்சைக் கொடி பட்டொளிவீசிப் பறந்தது. ஹஸ்ரத் பால், பட்மலூ, சொப்பூர் திசைகாட்டிகள் ராவல்பிண்டிக்கு, அல்லது நேரே பாகிஸ்தானுக்குத் திசைகாட்டுவதாக மேற் பூச்சிடப்பட்டது. பாகிஸ்தான்மீது மக்கள் காட்டிய பாசத்தை மாத்திரம் கருத்தில் கொண்டு அவர்கள் பாகிஸ்தானுடன் சேர விரும்புகிறார்களென்று பொருள்கொள்வது தவறு. காஷ்மீரிகள் எதைத் தமது சுதந்திரப் போராட்டமென்று கருதுகிறார்களோ இந்திய அரசு எதைப் பயங்கரவாத இயக்க மென்று பார்க்கிறதோ அதை ஆதரிக்கும் பாகிஸ்தானுக்கு நன்றி தெரிவிப்பதாகவும் இதைக் கருதவேண்டியுள்ளது . இந்தியா வுக்கு மிகவும் எரிச்சலூட்டும் ஒன்றைச் சொல்லும் அல்லது செய்யும் குறும்பாகவும் அதைக் கருத வேண்டியுள்ளது.

ஜனநாயக நாடு எனப்படும் ஒரு நாட்டிலிருந்து விலகி, சர்வாதிகாரிகளால் நெடுங்காலமாக ஆளப்பட்டுவந்த இன்னொரு நாட்டுடன், இன்று வங்காளதேசம் எனப்படும் நாட்டில் இனப்படுகொலை புரிந்த படையினரைக் கொண்ட இன்னொரு நாட்டுடன், இன்றும்கூட தனது சொந்த இனத்துவப் போரால் சின்னாபின்னப்படும் இன்னொரு நாட்டுடன் சேர

விரும்பும் 'சுதந்திரப் போராட்டம்' என்னும் கருத்தாக்கத்தை ஏளனஞ்செய்வது மிகவும் எளிது. இவை முக்கியமான கேள்விகளே. அதேவேளை, ஜனநாயக நாடு எனப்படும் இந்திய நாடு, காஷ்மீர் மக்கள் வெறுக்கும் வண்ணம் அங்கே என்ன செய்தது என்று சிந்திப்பது மிகவும் நன்மைதரக்கூடும்.

காஷ்மீர் எங்கும் பாகிஸ்தான் கொடிகள் பறந்தன. 'பாகிஸ்தானுடன் எங்கள் பிணைப்பு என்ன? அல்லாவைத் தவிர வேறு கடவுள் இல்லை' என்னும் முழக்கங்கள் எங்கும் எழுந்தன.

'சுதந்திரம் என்றால் என்ன? அல்லாவைத் தவிர வேறு கடவுள் இல்லை.'

என்னைப் போன்ற முஸ்லிம் அல்லாதவரால் அத்தகைய சுதந்திர விளக்கத்தைப் புரிந்துகொள்வது கடினமே. காஷ்மீரின் சுதந்திரம் உன் சுதந்திரத்தைக் குறைக்காதா என்று ஒரு பெண்ணிடம் நான் கேட்டேன். அவளோ தோளை உயர்த்தி, 'இப்போது மட்டும் எங்களுக்கு என்ன சுதந்திரம் கொட்டிக் கிடக்கிறது? இந்திய ராணுவத்தினரால் வன்புணர்ச்சிக்கு உள்ளாக்கப்படும் சுதந்திரமா?' என்று தொடுத்த பதில் கேள்விகளால் நான் வாயடைத்து நின்றேன்.

சுற்றுலா வரவேற்பு மைய வெளியில், பச்சைக்கொடிகள் கடல்போல் சூழ்ந்திருக்கும்போது, என்னைச் சுற்றி இடம் பெறும் கிளர்ச்சியின் ஆழ்ந்த இஸ்லாமியத் தன்மையை என்னால் சந்தேகிக்கவோ புறக்கணிக்கவோ முடியவில்லை. அதைக் கயமையும் பயங்கரமும் மிகுந்த ஜிஹாத் என்றும் என்னால் முத்திரைகுத்தவும் முடியவில்லை. காஷ்மீர் மக்கள் அதை ஒரு தூய்மைப்படுத்துதலாகவே பார்த்தார்கள். சுதந்திரப் போராட்டங்களில் இடம்பெறும் குறைகள், கொடுமைகள், குழப்பங்கள் மிகுந்த அவர்களது நீண்ட, சிக்கலான சுதந்திரப் போராட்ட வரலாற்றில் அது ஒரு முக்கிய கட்டம் மட்டுமே. எந்த வகையிலும் இதை ஒரு தூய போராட்டமென்று கொள்ளவே முடியாது. இக்கிளர்ச்சி அரும்பிய ஆண்டுகளில் காஷ்மீர் பண்டிதர்கள் பலர் கொடூரமான முறையில் கொல்லப் பட்டார்கள். அதையடுத்து காஷ்மீர் பள்ளத்தாக்கில் வாழ்ந்த பண்டிதர்கள் – ஏறத்தாழ அனைவரும் – ஒட்டுமொத்தமாக வெளியேறியது அக்கொடூரத்தின் உச்சமாய் அமைந்தது. என்றோ ஒருநாள் அத்தகைய கொலைகளுக்கு இவர்கள் பொறுப்பேற்க நேருமென்றே நான் நம்புகிறேன். இந்தப் போராட்டத்துக்கு என்றென்றும் அந்த இழிவு இருக்கவே செய்யும்.

மக்கள்கூட்டம் தொடர்ந்து அதிகரிக்கும்போது எழுந்த அறைகூவல்களை நான் கவனமாகக் கேட்டேன். அறைகூவல்கள் சர்ச்சைகளைப் பெரிதும் தெளிவுபடுத்துபவை; எல்லா விதமான விளக்கங்களுக்கும் அவை இட்டுச்செல்பவை. இந்த நிகழ்வுக்கு ஒருசில ஆண்டுகளுக்கு முன்னர் நடந்த தீவிரவாதி ஒருவரின் இறுதிச்சடங்கில் அவற்றுள் பலவும் என் காதில் விழுந்ததுண்டு. காஷ்மீரில் சாலைமறியல் நடைபெற்ற பிறகு புத்தம்புதிதாகப் புனையப்பட்ட அறைகூவல் ஒன்றும் தெரிய வந்தது (அதை மொழிபெயர்ப்பது கடினம். எனினும், காஷ்மீரின் சந்தை எது? ராவல்பிண்டி! என்பதே அதன் பொருள்.) இன்னொன்று: குருதிதோய்ந்த எல்லைக் கட்டுப்பாட்டுப் பகுதியைத் தகர்த்தெறியுங்கள், காஷ்மீர் மீண்டும் இணையட்டும்! இந்தியாவை இகழ்ந்து, இழிவுபடுத்தும் அறைகூவல்கள் பலவும் எழுந்தன: ஒடுக்குமுறையாளர்களே, மூர்க்கத்தனமானவர்களே, காஷ்மீரை விட்டு வெளியேறுங்கள்! நாங்கள் குருதி தந்து பேணிவளர்த்த காஷ்மீர், எங்கள் காஷ்மீர்!

என் இதயத்தை ரணமாக்கிய அறைகூவல்: நிர்வாணமாகப் பட்டினிகிடப்பது இந்தியா! உயிரிலும் மேலானது – பாகிஸ்தான்! அதைக் கேட்கும்போது ஏன் எனக்கு மிகுந்த எரிச்சலும் வருத்தமும் ஏற்பட்டன? அதற்கு விடையாக , மூன்று காரணங்களை நான் கண்டடைந்தேன்: (1) அறைகூவலின் முதற்பகுதி, ஓங்கிவரும் இந்திய வல்லரசு பற்றிய உண்மை, அது நம்மைத் தர்மசங்கடப்படுத்தும் பச்சை உண்மை என்பது நம் எல்லோருக்கும் தெரியும். (2) நிர்வாணமாகப் பட்டினிகிடக்காத இந்தியர்கள் அனைவரும், இந்திய சமூகத்தின் மிகவும் கொடுமையான, இழிவான, ஏற்றத்தாழ்வான சமூகமாக மாற்றும் நுட்பமான பண்பாட்டு, பொருளாதார வழிமுறைகளுக்கு உடந்தையாக இருந்துள்ளார்கள், காலந்தோறும் அவ்வழிமுறைகளுடன் பின்னிப்பிணைந்து இருந்துள்ளார்கள். (3) காஷ்மீரின் மிகவும் துன்பப்பட்டுள்ள மக்கள் அதே அரசின் கையால் வேறுவிதங்களில் துன்பப்படும் பிற மக்களைப் பார்த்து இவ்வாறு ஏளனம் செய்வது கேட்க மிகுந்த வலியைத் தந்தது. இந்த முழக்கத்தைக் கேட்கையில் ஒடுக்கப்படுபவர் எளிதாக ஒடுக்குபவராக மாற முடிவதன் விதையை உணர்ந்தேன்.

மிர்வைஸ் உமர் பாரூக், சையத் அலி ஷா கீலானி இருவரும் அங்கு மொய்த்த மக்கள்கூட்டத்தை விலக்கிச்சென்று மேடையை அடைவதற்குச் சில மணிநேரங்கள் பிடித்தன. பேரணி நடைபெறும் வெளியை அவர்கள் அணுகியபோது, அலைபாயும் மக்கள்கூட்டத்துக்கு மேலாக இளைஞர்கள்

அவர்களைத் தோளில் சுமந்துசென்று மேடையில் இறக்கினார்கள். அவர்களை வரவேற்ற மக்களின் முழக்கம் காதைப் பிளந்தது. முதலாவதாக மிர்வைஸ் உமர் உரையாற்றினார். ஆயுதப் படைகள் சிறப்பு அதிகாரச் சட்டம், இடையூறு பகுதிகள் சட்டம், பொதுப் பாதுகாப்புச் சட்டம் மூன்றும் விலக்கப்பட வேண்டுமென்ற கோரிக்கையை அவர் மீண்டும் முன்வைத்தார். அச்சட்டங்களின்படியே ஆயிரக்கணக்கானோர் கொல்லப்பட்டுள்ளார்கள், சிறையிலிடப்பட்டுள்ளார்கள், வதைக்கப்பட்டுள்ளார்கள். அரசியல் கைதிகள் விடுதலை செய்யப்பட வேண்டும், ஸ்ரீநகர் – முசாஃபராபாத் நெடுஞ்சாலை திறக்கப்பட்டு மக்களும் பொருட்களும் தங்குதடையின்றிப் போய்வர அனுமதிக்கப்பட வேண்டும், காஷ்மீர் பள்ளத்தாக்கி லிருந்து ராணுவத்தினர் விலக்கப்பட வேண்டுமென்றும் அவர் கோரிக்கை விடுத்தார்.

குரான் பாராயணம் ஒன்றுடன் சையத் அலி ஷா கீலானி உரையாற்றத் தொடங்கினார். ஏற்கெனவே நூற்றுக்கணக்கான முறை கூறியதையே அவர் திரும்பவும் கூறினார். குரான் காட்டிய வழியில் போராடினால் மாத்திரமே வெல்ல முடியு மென்றும், போராட்டத்தை இஸ்லாம் வழிநடத்துமென்றும் அது சுதந்திர காஷ்மீர் மக்களை நெறிப்படுத்தும் முற்றுமுழு தான சமூக, ஒழுக்கவிதிச் சட்டம் என்றும் இஸ்லாத்தின் இல்லமாகவே பாகிஸ்தான் தோற்றுவிக்கப்பட்டது என்றும் அக்குறிக்கோளை என்றுமே பாழ்படுத்தக் கூடாது என்றும் எவ்வாறு பாகிஸ்தான் காஷ்மீருக்கு உரியதோ அவ்வாறே காஷ்மீர் பாகிஸ்தானுக்கு உரியது என்றும் சிறுபான்மைச் சமூகங்களுக்கு முழு உரிமைகளும் உண்டு என்றும் அவர்களின் வழிபாட்டுத்தலங்கள் பத்திரமாய் இருக்குமென்றும் அவர் கூறினார். அவருடைய அனைத்துக் கருத்தையும் மக்கள் கைதட்டி வரவேற்றார்கள்.

அவர் தெள்ளத்தெளிவான கொள்கைவிளக்கம் ஒன்றை முன்வைத்தபோதும் அவருடைய விளக்கம் விசித்திரமான விதத்தில் அனைத்தையும் தெளிவற்றதாக்கியது. சுதந்திரப் போராட்டத்தில் ஈடுபட்டுள்ள பல்வேறு தரப்புகளும் தத்தம் உள்முரண்பாடுகளை எவ்வாறு தீர்க்கப்போகின்றன என்று நான் எண்ணிப் பார்த்தேன். ஜம்மு–காஷ்மீர் விடுதலை முன்னணி சுதந்திர அரசை விழைகிறது. பாகிஸ்தானுடன் இணைய கீலானி ஆசைப்படுகிறார். அவை இரண்டுக்கும் இடையே அல்லாடுகிறார் மிர்வைஸ் உமர்.

என்னருகில் நின்ற கண்சிவந்த முதியவர் ஒருவர், 'காஷ்மீர் ஒரே நாடாகவே இருந்தது. அதன் ஒரு பாதியை இந்தியா எடுத்தது, மறு பாதியைப் பாகிஸ்தான் எடுத்தது. இரண்டு நாடுகளும் பலவந்தமாகவே எடுத்துக்கொண்டன. எங்களுக்குச் சுதந்திரம் வேண்டும்' என்று கூறினார். புதிய ஏற்பாட்டில் அந்த முதியவரின் கூற்று கருத்தில் கொள்ளப்பட வாய்ப்புண்டா என்று நான் எண்ணிப் பார்த்தேன். இந்திய வெளிகளின் வழியே செல்லும் நெடுஞ்சாலைகளில் தடதடத்து விரையும் டிரக்குகள் பற்றி, வரலாறு குறித்தோ காஷ்மீர் குறித்தோ எதுவுமே தெரியாதவர்களால் செலுத்தப்படும் டிரக்குகள் பற்றி, அவற்றின் பின்கதவில் 'பால் கேட்டால் பாயாசம் தருவோம், காஷ்மீர் கேட்டால், உங்களைப் பிளப்போம்' என்று பொறிக்கப் பட்டுள்ள அறைகூவல் பற்றி எல்லாம் அவர் என்ன நினைப்பா ரென்று நான் எண்ணிப் பார்த்தேன்.

இன்னொன்றையும் நான் சற்று எண்ணிப் பார்த்தேன். எல்.கே. அத்வானி உரையாற்றும் ஆர்.எஸ்.எஸ். அல்லது வி.எச்.பி. பேரணி ஒன்றின் நடுவில் நான் நிற்பதாகக் கற்பனைசெய்து பார்த்தேன். இஸ்லாம் என்னும் சொல்லுக்குப் பதிலாக இந்துத்துவம் என்னும் சொல்லையும் பாகிஸ்தான் என்னும் சொல்லுக்குப் பதிலாக இந்துஸ்தான் என்னும் சொல்லையும் கடலெனக் குவிந்துள்ள பச்சைக்கொடிக்குப் பதிலாகக் காவிக் கொடியையும் இட்டால், பா.ஜ.கவின் லட்சிய இந்தியா என்னும் பயங்கரக் கனவை நாம் கண்டுகொள்வோம்.

இதைத்தான் நமது எதிர்காலமாக ஏற்க வேண்டுமா? ஒருமைத்தன்மையுடைய மதவாத அரசு திணிக்கும் சமூக ஒழுக்கக் கட்டுப்பாடுகளை 'வாழ்க்கை நெறி'யாக ஏற்க வேண்டுமா? இந்தியாவில் கோடிக்கணக்கில் வாழும் நாம் இந்துத்துவத்தை நிராகரிக்கிறோம். நாம் வாழும் சமூகத்தின் மீது நமக்கு ஏற்படும் மாபெரும் கரிசனை உணர்வுடன், ஒருவகையான லட்சிய உணர்வுடன், பாச உணர்வுடன், நேச உணர்வுடன் இந்துத்துவத்தை நாம் நிராகரிக்கிறோம். நமது அண்டைநாட்டாரின் நடவடிக்கைகள், அவற்றை அவர்கள் கையாளும் விதம் எவையும் நமது விவாதத்தைப் பாதிக்காது. மாறாக, நமது விவாதத்தை அவை வலுப்படுத்தும்.

நேச உணர்வில் எழும் வாதங்கள் ஆபத்து மிகுந்தவையாக வும் அமைவதுண்டு. அதேவேளை, இஸ்லாமிய மயமாகும் திட்டத்திற்கு உடன்படுவதா, முரண்படுவதா என்பதை முடிவு செய்ய வேண்டியது காஷ்மீர் மக்களே. (இந்துக்கள் இந்துத் துவத்தை ஆட்சேபிக்கும் அதே விதமாகவே உலகம் முழுவதும்

முஸ்லிம்கள் பல்வேறு விதங்களில் இஸ்லாமியத் தீவிரவாதத்தை ஆட்சேபிக்கிறார்கள்.) எனினும் வன்முறை தற்போது குறைந் திருப்பதால், கண்ணோட்டங்களை விவாதித்து, கருத்துகளை வெளியிடத் தற்போது சற்று வாய்ப்புள்ளதால், தாங்கள் எத்தகைய சமூகத்தை அடையும் குறிக்கோளுக்காகப் போராடு கிறோமென்பதைப் போராட்டத்தில் ஈடுபடுவோர் எடுத்துச் சொல்ல வேண்டிய தருணம் இதுவாகலாம். தியாகிகளையும் அறைகூவல்களையும் பொதுமைப்படுத்தல்களையும் மிஞ்சிய ஒன்றை மக்களிடம் முன்வைக்க வேண்டிய தருணம் இதுவாக லாம். தங்களுக்கு வழிகாட்ட குரானை நாடுவோர் அதில் வழி காண்பார்கள் என்பதில் சந்தேகமில்லை. அப்படிச் செய்ய விரும்பாதவர்கள், அல்லது குரானில் இடம் கிடைக்காதவர் கள் கதி என்ன? ஜம்முவில் வாழும் இந்துக்களுக்கும் ஏனைய சிறுபான்மையோருக்கும் சுயநிர்ணய உரிமை உண்டா? தாயகம் துறந்து, பெரிதும் கொடிய வறுமையில் வாழும் பல்லாயிரக் கணக்கான காஷ்மீர் பண்டிதர்களுக்குத் தாயகம் மீளும் உரிமை உண்டா? அவர்களுக்கு நேர்ந்த பெரும் இழப்புகள் ஈடுசெய்யப்படுமா? அல்லது 61 ஆண்டுகளாக இந்தியா காஷ்மீரி களுக்குச் செய்ததைச் சுதந்திர காஷ்மீர் அதன் சிறுபான்மை யோருக்குச் செய்யுமா? ஓரினச்சேர்க்கையாளர்கள், முறை யற்ற உறவுகொள்வோர், கடவுள் மறுப்பாளருக்கு என்ன நடக்கும்? 'முற்றுமுழுதான சமூக, ஒழுக்கவிதிச் சட்டத்திற்கு' உடன்படாத எழுத்தாளர்கள், போக்கிரிகள், திருடர்கள் கதி என்ன? சௌதி அரேபியாவில் விதிக்கப்படுவது போல் அவர் களுக்கும் மரணதண்டனை விதிக்கப்படுமா? துர்மரணமும் ஒடுக்குமுறையும் குருதிப்பெருக்கும் தொடருமா? காஷ்மீர் சிந்தனையாளர்களும் புத்திசாலிகளும் அரசியல்வாதிகளும் கற்கவேண்டிய முன்மாதிரிகள் பலவற்றை வரலாறு முன் வைத்துள்ளது. அவர்கள் கனவுகாணும் காஷ்மீர் எதைப் போன்றது? அல்ஜீரியா போன்றதா? ஈரான் போன்றதா? சௌதி அரேபியா போன்றதா? சுவிட்சர்லாந்து போன்றதா? பாகிஸ்தான் போன்றதா?

சோதனை மிகுந்த இக்காலகட்டத்தில் கனவுகளைவிட வேறு சில விஷயங்கள் முதன்மை பெறுகின்றன. சோம்பிய கனவுலகும் தவறான நீதியுணர்வும சிந்தனைக்கு எட்டாத கேடுகளை ஏற்படுத்தும். நிலவரத்தைத் தெளிவாகவும் நேர்மை யாகவும் கணிப்பதில் அறிவுச் சோம்பலுக்கோ தயக்கத்திற்கோ இது பொருத்தமான தருணமல்ல. 1947இல் ஜம்மு–காஷ்மீர் மன்னர் ஹரி சிங்கின் பித்தலாட்டத்தால் அங்கு நவீன காலத்தின் பெருந்துயரம் உருவானது என்று வாதிட முடியும்.

இறுதியில் நினைத்துப் பார்க்கமுடியாத குருதிப்பெருக்கிற்கு அது இட்டுச்சென்றது. கிட்டத்தட்ட சுதந்திரமாக இருந்த மக்களின் அடிமைத்தளைக்கு அது இட்டுச்சென்றது.

பிரிவினைப் பேய் ஏற்கெனவே தலைகாட்டிவிட்டது. காஷ்மீர் பள்ளத்தாக்கில் இந்துக்கள் தாக்கப்பட்டு, விரட்டப் படுவது பற்றிய வதந்திகள் இந்துத்துவ ஊடகங்களில் நிரம்பி வழிகின்றன. அதற்குப் பதிலடியாக ஆயுதம் ஏந்திய இந்து துணைப்படை ஒன்று முஸ்லிம்களைப் படுகொலை செய்யப் போவதாக அச்சுறுத்தியுள்ளதாகவும் இந்துக்கள் பெரும்பான்மை யாக வாழும் இரண்டு மாவட்டங்களிலிருந்தும் தப்பியோடு வதற்கு முஸ்லிம்கள் தயாராகிவருவதாகவும் தொலைபேசித் தகவல்கள் பரவுகின்றன. (இந்திய–பாகிஸ்தானிய பிரிவினையின் போது 10 லட்சத்துக்கும் மேற்பட்ட மக்களின் உயிரைக் காவுகொண்ட படுகொலையின் நினைவுகள் மீண்டும் பொங்கி எழுந்துள்ளன. அந்தக் கொடுங்கனவு என்றென்றும் நம்மைப் பிடித்தாட்டும்.)

வரலாறு மீண்டும் நிகழும் என்று நம்ப காரணங்கள் இல்லை, அத்தகைய ஊழிப்பேரழிவை உண்டாக்குவதற்கு மக்கள் மும்முரமாகப் பாடுபடாதவரை. எவ்வாறாயினும், எதிர்காலம் பற்றிய இத்தகைய அச்சங்கள் ஒரு தேசத்தையும் அதன் மக்களையும் தொடர்ந்தும் ராணுவ உதவியுடன் ஆள்வதை நியாயப்படுத்த முடியாது. பூர்வகுடிகள் இன்னும் சுதந்திரத்துக்குத் தயாராகவில்லை என்ற பழைய காலனிய வல்லாதிக்க வாதத்தைக் கொண்டு அந்நிய வல்லாதிக்கத்தை நியாயப்படுத்துவது போன்றதுதான் இதுவும்.

இந்திய அரசு தொடர்ந்தும் காஷ்மீரைப் பற்றிப்பிடித்து வைத்திருப்பதற்குப் பல வழிகள் இருக்கின்றன. ஏற்கெனவே இந்திய அரசு சிறந்த முறையில் செய்துவருவதை மேற்கொண்டும் அதனால் செய்ய முடியும். அதாவது காத்திருத்தல். உருப்படி யான திட்டம் எதுவும் தீட்டப்படாத நிலையில் மக்களின் ஆற்றல் காலப்போக்கில் குறையுமென அது திட்டமிடக் கூடும். ஏற்பட்டுவரும் தளிர்போன்ற கூட்டணியை முறிக்க இந்திய அரசு முயலக்கூடும். இந்த அகிம்சைக் கிளர்ச்சியை ஒடுக்கி, ஆயுதம் ஏந்திய தீவிரவாதத்தை மறுபடி அது வரவழைக்கக் கூடும். ராணுவத்தினர் எண்ணிக்கையை 5 லட்சத்திலிருந்து 10 லட்சத்துக்கு உயர்த்தக்கூடும். தந்திரோபாயமாக ஒருசில படுகொலைகள், இலக்குவைத்து ஓரிரு கொலைகள், சிலரைக் காணாமல்போக்கடித்தல், பெருமளவு கைதுகள் போன்ற சூழ்ச்சிகளைப் பயன்படுத்தி இன்னும் ஒருசில ஆண்டுகளுக்கு காஷ்மீர் பிரச்சினையை இந்திய அரசு இழுத்தடிக்கக் கூடும்.

காஷ்மீரை ராணுவபலம் கொண்டு ஆள்வதற்குக் கற்பனை செய்யவியலாத அளவிலான மக்கள் பணம் செலவழிக்கப் படுகிறது. அது பள்ளிக்கூடங்களுக்கும் மருத்துவமனைகளுக்கும் வறுமையில் வாடும் இந்திய மக்களின் உணவுக்கும் ஊட்டம் குறைந்த இந்திய மக்களின் உணவுக்கும் செலவிடப்பட வேண்டிய பணம் அல்லவா! அதை விடுத்து, காஷ்மீரில் மேன்மேலும் சிறைகள் அமைப்பதற்கும் ஆயுதங்களையும் மதில்மேலிடும் முள்கம்பிச் சுருள்களையும் வாங்குவதற்கும் பணம் செலவழிக்கும் உரிமை தனக்கு உண்டு என்று கருதக் கூடிய அரசாங்கம் எத்தகைய அரசாங்கம்?

இந்தியா, காஷ்மீரை ராணுவபலம் கொண்டு ஆளும் செயல் நம் எல்லோரையும் கொடுங்கோலர்களாகியுள்ளது. காஷ்மீரில் மேற்கொள்ளப்படும் சுதந்திரப் போராட்டத்துக்கு எதிராக இந்தியாவில் வாழும் முஸ்லிம்களைப் பணயக்கைதி களாக்கி, அவர்களை இலக்குவைத்து இரைகொள்வதற்கு இந்து வெறியர்களுக்கு அது இடங்கொடுக்கிறது. இதெல்லாம் ஒரு நச்சுப்பானமாகக் காய்ச்சி வடிக்கப்பட்டு, நாளங்களின் வழியே நமது ரத்த ஓட்டத்தில் கலக்கப்பட்டு வருகிறது.

இவை எல்லாவற்றின் மையத்தில் அறம் சார்ந்த கேள்வி ஒன்று எழவே செய்கிறது: ராணுவபலம் கொண்டு மக்களின் சுதந்திரத்தை மறுக்கும் உரிமை எந்த ஒரு அரசங்கத்துக்கும் உண்டா?

இந்தியாவிலிருந்து காஷ்மீருக்கு அஸாதி தேவைப்படுகிறது. அதற்கு இணையாக ஒருகால் அதைவிட அதிகமாகவே காஷ்மீரிலிருந்து இந்தியாவுக்கு விடுதலை தேவைப்படுகிறது.

முதலில் *The Guardian* (லண்டன்) நாளிதழில் ஆகஸ்ட் 22, 2008இல் வெளியானது. பின்னர் *Outlook* (இந்தியா) இதழில் செப்டம்பர் 1, 2008இல் வெளிவந்தது.

சீற்றம் பொதிந்த பதிப்பு

புதுதில்லியில் மரண தண்டனையை எதிர்பார்த்து 11 ஆண்டுகள் சிறையிலிருந்த முகமது அப்சல் குரு, அதிலும் தனிமைச் சிறையிலிருந்த முகமது அப்சல் குரு, 2013 பிப்ரவரி 9 அன்று சனிக்கிழமை காலை தூக்கிலிடப் பட்டார். அது கள்ளத்தனமாக நிறைவேற்றப்பட்ட மரண தண்டனை. முன்னாள் சொலிசிட்டர் ஜெனரல் (உச்ச நீதிமன்ற மூத்த வழக்கறிஞர்) ஒருவர் கூறுவது போன்று, அதன் சட்டத்தன்மை குறித்து அழுத்தமான கேள்விகள் எழுகின்றன.

இந்த நாட்டின் உச்ச நீதிமன்றம் மூன்று ஆயுள் தண்டனைகளும் இரண்டு மரண தண்டனைகளும் வழங்கிய ஒருவரை, மக்களால் தேர்ந்தெடுக்கப்பட்ட ஓர் அரசாங்கம் தூக்கிலிட்டதில் உள்ள சட்டத்தன்மை யைக் குறித்து எப்படிச் சந்தேகங்கள் ஏற்படுகின்றன? வழக்கத்திற்கு மாறாக நீண்டகாலம் சிறையிலிருந்த கைதி களுக்கு மரணதண்டனை அளிப்பது குறித்து உச்ச நீதி மன்றம் அதன் விசாரணைகளை 10 மாதங்களுக்கு முன்னர் தான், அதாவது 2012 ஏப்ரல் மாதம்தான் நிறைவு செய்திருந்தது. உச்ச நீதிமன்றத்தின் விசாரணைக்கு உட்பட்ட வழக்குகளில் அப்சல் குருவின் வழக்கும் ஒன்று. அந்த வழக்கின் தீர்ப்பை உச்ச நீதிமன்றம் ஒத்தி வைத்திருந்தது. உச்ச நீதிமன்றம் தீர்ப்பளிக்கும் முன்னரே அப்சல் குரு தூக்கிலிடப்பட்டார்.

அவர் உடலைக் கேட்டு அவருடைய குடும்பம் விடுத்த வேண்டுகோளை அரசாங்கம் நிராகரித்தது. ஜம்மு காஷ்மீர் விடுதலை முன்னணியின் நிறுவனரும் காஷ்மீர் அஸாதி (சுதந்திர) இயக்கத்தின் தலைமகனுமான

மக்பூல் பட்டின் புதைகுழிக்கு அருகில் அப்சல் குரு, இறுதிச் சடங்கு எதுவுமின்றி, புதைக்கப்பட்டார்.

அதாவது, திகார் சிறையில் இரண்டாம் காஷ்மீரி ஒருவரின் உடல் இறுதிச்சடங்குக்காகக் காத்துக்கிடந்த அதேநேரத்தில், காஷ்மீரில் உள்ள மஜார்–எ–சுகாதாவில் (தியாகிகள் இடுகாட்டில்) இன்னொரு புதைகுழி ஓர் உடலுக்காகக் காத்துக்கிடந்தது. கடந்த காலத்தில் மனிதஉருவத்திலான பொக்குக் கல்லறைகள் காஷ்மீரிகளின் மனத்தில் வன்முறைக் கிளர்ச்சிகளைப் பெருக்கிய துண்டு. காஷ்மீரை அறிந்தவர்கள் அதை அறிவார்கள்.

இந்தியாவில் ‘சட்டம் நிறைவேற்றப்பட்ட’தன் வெற்றி முழக்கத்துடன் முதல்கட்ட கொண்டாட்டங்கள் தணிந்தபிறகு, தெருக்கள்தோறும் குண்டர்கள் வழங்கிய மிட்டாய்கள் தீர்ந்த பிறகு, மரணதண்டனை குறித்துத் தமது உளைச்சலைத் தெரிவிக்கவும் அப்சல் குருவுக்கு உரிய விசாரணை கிடைத்ததா, இல்லையா என்பது குறித்துத் தமது சந்தேகங்களை வெளிப் படுத்தவும் சிலருக்கு அனுமதி அளிக்கப்பட்டது (சிற்றுண்டி உண்ணாமல் கொள்ளாமல் இறந்தவரின் படங்களை எவ்வளவு நேரமாக எரிப்பது?) அது நல்ல விஷயம். நல்ல தருணம்பார்த்து எடுத்த நடவடிக்கையும்கூட! நாம் மீண்டும் ஒருமுறை மனச் சாட்சிமிக்க ஜனநாயகவாதிகளாக மீண்டும் வலம்வரலாம்.

அந்த விவாதம் கூட ஏற்கெனவே, 6 ஆண்டுகளுக்கு முன்னர் நடந்து முடிந்துவிட்டது. அப்போதுகூட 4 ஆண்டுகள் தாமதமாகவே அது நடந்து முடிந்தது. இந்த நூலின் முதல் பாகத்தில் உள்ள கட்டுரைகள் முதன்முதல் 2006 டிசம்பர் மாதம் வெளியிடப்பட்டவை. அப்சல் குருவின் விசாரணை, வழக்கறிஞரின் உதவியின்றி அவர் நீதிமன்றத்தில் விசாரணைக்கு ஆளானது, நீதி வழங்கப்பட்டது, உண்மையான துப்புகள் என்றுமே துலக்கப்படாதது, ஊடகங்கள் நயவஞ்சகத்துடன் வகித்த பங்கு பற்றி எல்லாம் அதில் விரிவாக விவரிக்கப் பட்டுள்ளது. இப்புதிய பதிப்பின் இரண்டாம் பாகம், பிப்ரவரி 9 அன்று மரணதண்டனை நிறைவேற்றப்பட்ட பிறகு எழுதப் பட்ட கட்டுரைகளின் தொகுப்பாகும். முதல் பதிப்பின் முன்னுரை “ஆகவே இந்த நூல் நம்பிக்கையுடன் முன்வைக்கப் படுகிறது” என்று நிறைவுபெறுகிறது. இதுவோ சீற்றம் பொதிந்த புதிய பதிப்பாக முன்வைக்கப்படுகிறது.

வஞ்சம்மிகுந்த இக்காலகட்டத்தில் பொறுமை இழப்பவர் களுக்கு, “விவரங்களையும் சட்ட நுட்பங்களையும் தூக்கி வீசுங்கள்! அவர் குற்றவாளியா, இல்லையா?” என்று கூறுவதற்கு மட்டுமே போதிய அவகாசம் கிடைக்கும்.

இந்திய அரசாங்கம் ஓர் அப்பாவியைத் தூக்கிலிட்டதா?

இந்த நூலை வாசிக்க முற்படும் யாரும், அப்சல் குருவின் மீது வைக்கப்பட்ட குற்றச்சாட்டு, அதாவது இந்திய நாடாளு மன்றத்தின் மீது, அல்லது (இன்னும் உயர்த்திச் சொல்வ தென்றால்) இந்திய ஜனநாயகத்தின் மீது தாக்குதல் தொடுக்கத் திட்டம் தீட்டிய குற்றச்சாட்டு நிரூபிக்கப்படவில்லை என்னும் முடிவுக்கே வரவேண்டியதிருக்கும். (ஊடகங்கள் வழியாக விரிவான முறையில் தவறான தகவல்கள் தரப்பட்டன. ஆனால் தாக்குதல் தொடுத்தோரில் அப்சல் குரு ஒருவர் என்றோ அவர் யாரையாவது கொன்றார் என்றோ அரசு வழக்கறிஞர் தரப்பு என்றுமே குற்றம்சாட்டியதில்லை. அவர் மற்றவர்களுக்கு உடந்தையாக இருந்தார், வெறும் ஏவலாளாக இருந்தாரென்ற குற்றச்சாட்டின் பேரிலேயே அவருடைய விசாரணை நடத்தப் பட்டது). அந்தக் குற்றச்சாட்டின் பேரில் அவர் குற்றவாளி என்று தீர்ப்பளித்த உச்ச நீதிமன்றம் அவருக்கு மரணதண்டனை விதித்தது. 'சமூகத்தின் கூட்டு மனச்சாட்சியை'த் திருப்திப் படுத்தும் கடப்பாட்டை உச்சநீதிமன்றம் சர்ச்சைக்குரிய அத் தீர்ப்பை அளிப்பதற்கான காரணங்களுள் ஒன்றாக, ஒருவருக்கு மரணதண்டனை விதிப்பதற்கான காரணங்களுள் ஒன்றாக மேற்கோள்காட்டியது. அதேவேளை நேரடிச் சான்று முன் வைக்கப்படவில்லை, சூழ்நிலைச் சான்றே முன்வைக்கப்பட்டது என்றும் உச்ச நீதிமன்றம் சுட்டிக்காட்டியது.

இத்தகைய வழக்குகளில் 'முழு உண்மை' எப்போதும் கைநழுவிப் போய்விடுமென்று பயங்கரவாத நிபுணர்களும் ஆய்வாளர்களும் வீராப்புடன் பூசிமெழுகியுள்ளார்கள். நாடாளு மன்றத் தாக்குதல் விஷயத்தில் இவ்வாறு பூசிமெழுகப்பட் டிருப்பது உறுதிபடத் தெரிகிறது. 'உண்மை' நமது கைகளி லிருந்து முற்றிலுமாகக் கைநழுவிப் போய்விட்டதாகவே தெரிகிறது. அது தருக்க நியாயத்தின்படி 'நியாயமான சந்தேகம்' என்னும் அறக்கேள்வியை எழுப்பியிருக்க வேண்டும். ஆனால், எழுப்பவில்லை. ஒருவரின் குற்றம் இங்குச் சந்தேகத்திற்கிட மின்றி நிரூபிக்கப்படவில்லை. ஆனாலும் அவர் தூக்கிலிடப் பட்டார்!

நாடாளுமன்றத்தின் மீதான தாக்குதல், ஜனநாயகத்தின் மீதான தாக்குதலுக்கு நிகரானதே என்பதை நாம் ஒப்புக் கொள்வோம். அப்படி என்றால், 1983ஆம் ஆண்டு நெல்லி மாவட்டத்தில் 'சட்டவிரோத வங்காளர்கள்' 3,000 பேர் படுகொலை செய்யப்பட்டது, அல்லது 1984ஆம் ஆண்டு தில்லித் தெருக்களில் சீக்கியர்கள் 3,000க்கும் மேற்பட்டோர் படுகொலை

செய்யப்பட்டது, அல்லது 1992ஆம் ஆண்டு பாபர் மசூதி இடிக்கப்பட்டது, அல்லது 1992ஆம், 93ஆம் ஆண்டுகளில் மும்பையில் முஸ்லிம்கள் ஆயிரக்கணக்கில் பேர் சிவசேனாவின் தலைமையில் படுகொலை செய்யப்பட்டது ஆகியவை இந்திய ஜனநாயகத்தின் மீது நிகழ்த்தப்பட்ட தாக்குதல்கள் அல்லவா? அப்படி என்றால், 2002ஆம் ஆண்டு குஜராத்தில் முஸ்லிம்கள் ஆயிரக்கணக்கானோர் திட்டமிட்டுப் படுகொலை செய்யப் பட்டதை எதில் சேர்ப்பது? நமது முக்கியக் கட்சிகளின் தலைவர்களை மேற்படி படுகொலைகளுடன் தொடர்புபடுத்தும் நேரடிச் சான்றுகளும் சூழ்நிலைச் சான்றுகளும் நிறையவே இருக்கின்றன. அவர்களுக்கு மரணதண்டனை நிறைவேற்றப் படுவதை விட்டுவிடுவோம். அவர்களுள் யாராவது கைது செய்யப்பட்டு, 11 ஆண்டுகள் சிறைவைக்கப்படுவதையாவது நம்மால் எப்போதாவது கற்பனைசெய்து பார்க்க முடிந்ததா? இல்லவே இல்லை! மாறாக, அவர்களுள் ஒருவருக்கு – என்றுமே அரசுப் பதவி வகிக்காத ஒருவருக்கு – அண்மையில் அரசு மரியாதையுடன் இறுதிச்சடங்கு நிறைவேற்றப்பட்டது. அப்போது மும்பை மாநகரமே முடங்கிப்போயிற்று. இன்னொருவர் அடுத்த தேர்தலில் உலகின் மிகப்பெரும் ஜனநாயக நாட்டின் பிரதமர் பதவிக்கே போட்டியிடுவாராம்!

இவ்வாறு இந்தியாவின் சொந்த பாசிசம், முறைப்படி செயல்படுவதாகப் பாவனை செய்து கொடூரமாகவும் கோழைத் தனமாகவும் மிகையான அசைவுகளுடன் நம்மை அமுக்கி வைத்திருக்கிறது.

ஸ்ரீநகரில், மஜார்–எ–சுகாதாவில் அப்சலுக்காக நாட்டப் பட்டுள்ள நடுகல்லில் பொறிக்கப்பட்டுள்ள வாசகத்தின் மொழி பெயர்ப்பு இது: “தேசத்தின் தியாகி, சகீத் முகமது அப்சல் குருவின் தியாக தினம்: 2013 – பிப்ரவரி – 09 சனிக்கிழமை; அவர்தம் உடல் இந்திய அரசாங்கத்தின் வசம. அது ஒப்படைக்கப்படுவதற்காகக் காத்துக் கிடக்கிறது தேசம்” (அந்த நடுகல் காவல்துறையினரால் அகற்றப்பட்டது. மக்கள் கோபம் கொள்ளவே அது மீண்டும் நாட்டப்பட்டது.)

போராளி என்பதன் வழமையான பொருள் கொண்டு அப்சல் குருவை ஒரு போராளியாகச் சித்தரிப்பது கடினம். பல்லாயிரக்கணக்கான சாதாரண காஷ்மீர் இளைஞருக்கு நேர்ந்த நரகவாழ்வைக் கண்டுணர்ந்து, அதற்குச் சாட்சிகூறும் போது விளைந்த தியாகமே அவருடையது. அவர்களைப் போலவே அவரும் சூடுவைக்கப்பட்டார், தாக்கப்பட்டார், மின்னதிர்ச்சி தரப்பட்டார், வதைக்கப்பட்டார், இறுதியில்

கொல்லப்பட்டார். அப்சல் குருவை மரணதண்டனைக்கு இட்டுச்சென்ற காட்சிகள், அவையோர் நிறைந்த அரங்கில் ஒளிவெள்ளம் பாய்ச்சி மேடையேற்றப்பட்டன. எனினும் அவருக்கு மரணதண்டனை நிறைவேற்றும் காட்சி இருட்டடிப்புச் செய்யப்பட்டது. திரைவிலகி மீண்டும் வெளிச்சம் வந்தபோது அவையோர் கைதட்டி ஆரவாரம் செய்தார்கள். மேடையேற்றத் துக்கு சார்பாகவும் மாறாகவும் கருத்துகள் வெளியிடப்பட்டன. யாருக்கென்ன கவலை? வேலை முடிந்துவிட்டதே!

அப்சல் குரு இறந்துவிட்டார், எனினும் இந்திய நாடாளு மன்றத்தைத் தாக்கியது யார் என்பதை நாம் ஒருபோதும் அறிய முடியாது என்பதே "முழு உண்மை". பாரதிய ஜனதா கட்சியோ "தேசத்துக்கு அவமானம், அப்சல் இன்னும் உயிருடன்" என்னும் சொற்றொடரைப் பறிகொடுத்துவிட்டது. புதியதொரு சொற்றொடரை இனி அது உருவாக்கும்.

அப்சல் குரு கைதுசெய்யப்பட்டு, சிறையில் அடைக்கப் படுவதற்கு நீண்ட காலத்துக்கு முன்னரே அவர் மனமுடைந்து போயிருந்தார். இன்று அவர் உயிருடன் இல்லை. அப்சலின் உடலை அரசியல் களத்துக்கு இழுத்துவந்து, மக்களை ஈர்த்து வைத்து கையாளும் நோக்குடன் நமது பிணந்தின்னிகள் அவர் உடலை வலம்வருகின்றனர். அவர் என்றுமே எழுதாத கடிதங் கள், அவர் என்றுமே எழுதாத நூல்கள், அவர் என்றுமே கூறாத விஷயங்கள் இனிக் கொஞ்ச காலத்துக்கு நம்முன் வைக்கப்படும். அத்தகைய கேவலமான விளையாட்டுகளால் நிலைமை மாறப் போவதில்லை. அப்சல் வாழ்ந்த வாழ்வால், அவர் இறந்த முறையால் காஷ்மீரிகளின் நினைவில் புகழ்பெற்ற வீரனாக, மக்பூல் பட்டின் அருகில் உறங்கும் வீரனாக, அவர் தம் புகழொளியைப் பகிரும் வீரனாக அவர் நிலைபெறுவது நிச்சயம்.

எஞ்சியிருக்கும் நம்மைப் பொறுத்தவரை, காஷ்மீர் தொடர்ந்தும் படைபலம் கொண்டு ஆளப்படுவதே இந்திய ஜனநாயகத்தின் மீது மேற்கொள்ளப்படும் உண்மையான தாக்குதல் என்பதை அப்சலின் கதை தெளிவுபடுத்துகிறது.

அப்சல் குருவே, அமைதியில் உறைக!

(*The Hanging of Afzal Guru* (2013) நூலுக்கு எழுதப்பட்ட முன்னுரை)

போர்முழக்கத்தை ஓங்கவைக்கும் மரணதண்டனை

2001ஆம் ஆண்டு இந்திய நாடாளுமன்றத்தைத் தாக்கிய குற்றஞ்சாட்டப்பட்டவர்களுள் முக்கியமானவரான முகம்மது அப்சல் குருவைத் திடீரென, கள்ளத்தனமாகத் தூக்கிலிட்டதால் உருவாகப்போகும் அரசியல் விளைவுகள் எவை? யாருக்காவது தெரியுமா? புதுதில்லி, திகார், மத்திய சிறை எண் 3இன் கண்காணிப்பாளர் சொரணையின்றி, அவமதிக்கும் வண்ணம் ஒவ்வொரு பெயரையும் பிழைபட எழுத்துக்கூட்டி "அப்சல் குருவின் மனைவி திருமதி தபஸ்ஸுக்கு" அனுப்பிய கடிதத்தில் இவ்வாறு குறிப்பிடப்பட்டுள்ளது:

"ஹபிபுல்லாவின் மகன் அப்சல் குருவின் கருணை மனு, மாண்புமிகு இந்தியக் குடியரசுத் தலைவரால் நிராகரிக்கப்பட்டுள்ளது. ஆதலால் முகம்மது அப்சல் குருவுக்கு மரணதண்டனை நிறைவேற்றும் நடவடிக்கை 09.02.2013 மு.ப. 8 மணிக்கு மத்திய சிறை எண் 3இல் இடம்பெற ஏற்பாடு செய்யப்பட்டுள்ளது.

மேற்கொண்டு வேண்டிய நடவடிக்கை எடுப்பதற்காக உங்களுக்குத் தகவல் தரப்படுகிறது."

கருணை மனு நிராகரிக்கப்பட்டதை எதிர்த்து நீதிமன்றத்தில் வாதாடும் கடைசி சட்ட உரிமையை மறுக்கும் வகையிலும், மரணதண்டனை நிறைவேற்றப்பட்ட பின்னரே அத்தகவல் திருமதி தபஸ்ஸுக்குக் கிடைக்கும்படியாகவும் அந்தக் கடிதம் திட்டமிட்டுத் தாமதித்து அனுப்பி வைக்கப்பட்டுள்ளது. அப்சலும் அவருக்காக அவர் குடும்பமும் தனித்தனியாக வாதாட உரிமை இருந்தது. அந்த உரிமையைக் கையாள முடியாதவாறு இரு தரப்புகளுக்கும் முட்டுக்கட்டை போடப்பட்டுள்ளது. குடியரசுத் தலைவர் கருணை மனுவை எதனால் நிராகரித்தாரென்னும்

காரணத்தை மேற்படி கடிதத்தில் குறிப்பிட வேண்டுமென்பது சட்டம். எனினும் அது குறிப்பிடப்படவில்லை. காரணத்தைக் குறிப்பிடாவிட்டால், எந்த அடிப்படையில் மேல்முறையீடு செய்வது? இந்தியாவில் மரண தண்டனைத் தீர்ப்புக்கு உள்ளான ஏனைய அனை வருக்கும் மேற்படி இறுதி வாய்ப்பு அளிக்கப் பட்டுள்ளதே!

அப்சலைத் தூக்கிலிடும் முன்னர், அவருடைய மனைவி தபஸ் அவரைச் சந்திக்க அனுமதிக்கப்படவில்லை. தந்தையிடம் கடைசியாகச் சில அறிவுரைகளைப் பெற்றுக்கொள்ள அப்சலுடைய மகனை அனுமதிக்கவில்லை. உடலைப் புதைப் பதற்காக மனைவியிடம் ஒப்படைக்கவில்லை. இறுதிச்சடங்கு நடத்தப்படவில்லை. "மேற்கொண்டு வேண்டிய நடவடிக்கை" என எதை மேற்படி சிறைக்கடிதம் குறிப்பிடுகிறது? வெஞ்சினத் தையா? மட்டுமீறிய, ஆற்றுப்படாத துயரத்தையா? கேள்வி களற்ற சம்மதத்தையா? முற்றுமுழுதான ஒத்துழைப்பையா?

தூக்குத் தண்டனை நிறைவேற்றப்பட்ட பிறகு நிகழ்ந்த கொண்டாட்டங்கள் அருவருக்கத்தக்கவை. நாடாளுமன்றத் தாக்குதலில் கொல்லப்பட்டவர்களை இழந்து வருந்தும் மனைவியர் தொலைக்காட்சியில் காட்டப்பட்டார்கள். அகில இந்திய பயங்கரவாதத் தடுப்பு முன்னணியின் தலைவரும் பயங்கர மீசை கொண்டவருமான எம்.எஸ். பிட்டா, அந்த அற்ப முன்னணியின் தலைமை அதிகாரியாக வீற்றிருப்பது காட்டப்பட்டது. அந்த அபலைகளின் கணவர்களைச் சுட்டவர் களும் அதே நேரத்தில், அதே இடத்தில் கொல்லப்பட்டார்கள் என்பதையும் தாக்குதலுக்குத் திட்டமிட்டோர் யாரென்பது இன்னமும் நமக்குத் தெரியாது; ஆதலால் அவர்கள் என்றுமே தண்டிக்கப்படப்போவதில்லை என்பதையும் அந்த அபலை களிடம் யாராவது தெரிவிப்பார்களா?

இப்போது காஷ்மீரில் திரும்பவும் ஊரடங்கு உத்தரவு பிறப்பிக்கப்பட்டுள்ளது. திரும்பவும் காஷ்மீர் மக்கள் பட்டியில் அடைபட்ட மந்தைகளாக மாறியுள்ளார்கள். திரும்பவும் ஊரடங்கு உத்தரவை அவர்கள் மீறியுள்ளார்கள். ஏற்கெனவே மூன்று நாட்களுள் மூவர் கொல்லப்பட்டுள்ளார்கள். இன்னும் 15 பேர் படுகாயமடைந்துள்ளார்கள். செய்தித்தாள் அலுவலகங் கள் மூடப்பட்டுள்ளன. எனினும் இணையதளங்களைத் தேடி நாம் விவரம் அறியலாம்: 2008, 2009, 2010 கோடைகாலங்களில் நடைபெற்ற போராட்டங்களின்போது 180 பேர் அங்கு உயிரிழந் தார்கள். எனினும் அப்போது தாம் காட்டிய எதிர்ப்பையும் எழுச்சியையும் இந்த முறை வெகுண்டெழும் காஷ்மீர் இளைஞர்கள் காட்டவில்லை. சிறுகச் சிறுகப் பரவும் கடும் பகையுணர்வையே இந்த முறை அவர்கள் காட்டினார்கள்.

தமக்கு இழைக்கப்பட்ட அநீதியை இந்த முறை அவர்கள் மன்னிக்கப் போவதில்லை. அப்படி எல்லாம் நிகழாமலிருக்க ஏதாவது காரணம் உண்டா?

காஷ்மீர் மக்கள் 20 ஆண்டுகளுக்கு மேலாக ராணுவ ஒடுக்குமுறையைச் சகித்து வந்துள்ளார்கள். பல்லாயிரக்கணக் கானோர் சிறைச்சாலைகளிலும் வதைமுகாம்களிலும் மெய்யான, பொய்யான 'என்கவுண்டர்'களின்போதும் கொல்லப்பட்டார் கள். இதிலிருந்து அப்சல் குருவின் மரணதண்டனையை வேறு படுத்துவது என்னவென்றால் அது ஜனநாயகத்தை அனுபவத் திராத இளையர்களுக்கு, இந்திய ஜனநாயத்தின் ஆக கம்பீர மான செயல்பாட்டை முன்வரிசையில் அமர்ந்து காணும் அரிய வாய்ப்பை வழங்கியிருக்கிறது. அவர்கள் அதன் சக்கரங்கள் சுற்றுவதை, அதன் வணங்கத் தக்க சகல நிறுவனங்களும் அரசு, காவல்துறை, நீதிமன்றம், அரசியல் கட்சிகள் மற்றும் ஊடகங்கள் கூட்டுச்சேர்ந்து நியாயமாக நீதி விசாரணை நடக்கவில்லை என்று அவர்கள் நியாயமாகவே நம்பும் ஒரு மனிதரை, ஒரு காஷ்மீரியைத் தூக்கிலிட்டதாகக் கண்டார்கள்.

கீழ் நீதிமன்ற விசாரணையின் ஒரு முக்கியமான கட்டத்தில் அவருக்கு வழக்காட வழக்கறிஞர் இருக்கவில்லை. நீதிமன்றத்தால் அமர்த்தப்பட்ட வழக்கறிஞர் என்றுமே சிறைக்குச் சென்று அவரைச் சந்தித்ததில்லை. மாறாக, தன்னை நம்பியிருந்த அப்சல் குருவைக் குற்றப்படுத்தும் சான்றை அவர் ஏற்றுக் கொண்டார்! (அதைக் கருத்தில்கொண்ட உச்ச நீதிமன்றம் அதை ஏற்றுக்கொண்டது!) சுருக்கமாகச் சொன்னால், அவர் இழைத்த குற்றம் சந்தேகத்திற்கிடமில்லாத வகையில் நிரூபிக்கப் படவே இல்லை. மரணதண்டனைக் கைதிகளின் வரிசையை மீறி அவரை இழுத்துச்சென்று தூக்கிலிட்ட விதத்தை காஷ்மீர் இளைஞர்கள் உணர்ந்துள்ளார்கள். சிறுகச்சிறுகப் பரவும் அவர்தம் பகையுணர்வு எங்கே, எவ்விதம் திசைதிரும்பும்? அவர்கள் மிகவும் விரும்பும் புனித விடுதலைக்கு, அவர்கள் எத்தகைய விடுதலைக்காக ஒரு தலைமுறை முழுவதையும் தியாகம் செய்தார்களோ அத்தகைய விடுதலைக்கு அவர்களை அது இட்டுச்செல்லுமா? அல்லது, இன்னொருமுறை வன்முறை அலைக்கு ஆளானபின் ராணுவ உதவியுடன் நிலைநாட்டப் படும் 'இயல்பு வாழ்க்கை'க்கு அது இட்டுச்செல்லுமா?

2014ஆம் ஆண்டு ஒரு முக்கிய காலகட்டமாய் மாறப் போகிறது என்பது இப்பகுதியில் வாழும் அனைவருக்கும் தெரியும். பாகிஸ்தானிலும் இந்தியாவிலும் மற்றும் ஜம்மு – காஷ்மீர் மாநிலத்திலும் தேர்தல்கள் நடைபெறப்போகின்றன. ஆப்கானிஸ்தானிலிருந்து அமெரிக்கா அதன் படையை விலக்கிக் கொள்ளும்போது, ஏற்கெனவே கடுமையாக நிலைகுலைந்துள்ள

பாகிஸ்தானைப் பீடித்துள்ள களேபரம் மீண்டும் காஷ்மீருக்குள் கசியப்போகிறது. அப்சல் குருவுக்கு மரணதண்டனையை நிறைவேற்றப்பட்ட விதம், அத்தகைய நிலைகுலைவை ஊக்குவிக்க இந்திய அரசாங்கம் முடிவெடுத்துள்ளது போலவே தென்பட்டது; உண்மையில் அதை வரவேற்பது போலவே தென்படுகிறது. (1987இல் காஷ்மீர் தேர்தலில் மோசடிசெய்தது போல் மீண்டும் செயற்பட அது முடிவெடுத்துள்ளது போலவே தென்படுகிறது.) காஷ்மீர் பள்ளத்தாக்கில் அடுத்தடுத்து மூன்று ஆண்டுகள் இடம்பெற்ற பெரிய ஆர்ப்பாட்டங்கள் 2010ஆம் ஆண்டில் முடிவடைந்த பின்னர் அரசாங்கம் காஷ்மீரை 'இயல்பு நிலை'க்குக் கொண்டுவரப் பெரிதும் முயன்றது (சுற்றுலாப்பயணிகளின் அகமகிழ்ச்சி, காஷ்மீர் மக்களின் வாக்களிப்பு . . .) இங்கே ஒரு கேள்வி எழுகிறது: அரசாங்கம் அதன் சொந்த முயற்சிகள் அனைத்தையும் கவிழ்த்துப்போட விரும்பியதன் காரணம் என்ன? அப்சல் குருவுக்கு மரண தண்டனை நிறைவேற்றியதன் சட்டமீறல், வீழ்ச்சி, கேடுகெட்ட தனம் தொடர்பான சர்ச்சைகள் ஒருபுறம் இருக்க, வெறும் அரசியல் கண்கொண்டு அதைப் பார்க்கும்போது, அது ஓர் ஆபத்தான, பொறுப்பற்ற நகர்வாகவே தென்படுகிறது. எனினும் தேர்ந்து தெளிந்து அவ்வாறு செய்யப்பட்டுவிட்டது. எதற்காக?

'பொறுப்பற்ற' என்ற சொல்லை இங்கே கவனமாகவே நான் பயன்படுத்தியுள்ளேன். கடந்தமுறை நடந்த நிகழ்வை ஒருதடவை திரும்பிப் பாருங்கள்.

2001இல் நாடாளுமன்றம் தாக்கப்பட்டு ஒரு வாரத்திற்குள் (அப்சல் குரு கைதுசெய்யப்பட்டு ஒருசில நாட்களின் பின்னர்), அரசாங்கம் அதன் தூதரைப் பாகிஸ்தானிலிருந்து திருப்பி அழைத்துவிட்டு, ராணுவ வீரர்கள் 5 லட்சம் பேரை எல்லைப் புறத்துக்கு அனுப்பிவைத்தது. எதற்காக அந்த நடவடிக்கை மேற்கொள்ளப் பட்டது? அப்சல் குரு, தில்லிக் காவல்துறை சிறப்புப் பிரிவின் தடுப்புக் காவலில் இருந்தபோது, பாகிஸ்தானைத் தளமாகக் கொண்டு இயங்கும் ஜைஷ்–எ–முகமது இயக்கத்தில் (JeM) அங்கம் வகிப்பதை அவர் ஒப்புக்கொண்டதாகப் பொது மக்களிடம் தெரிவிக்கப்பட்டது. காவல் துறையின் தடுப்புக் காவலில் இருந்தபோது வற்புறுத்திப் பெறப்பட்ட 'வாக்குமூலம்' சட்டப்படி ஏற்றுக்கொள்ளத்தக்கதல்ல என்று கூறி உச்ச நீதிமன்றம் அதை உதறித்தள்ளியது. சட்டப்படி ஏற்றுக்கொள்ளத் தகாதது, போரில் ஏற்றுக்கொள்ளத்தக்கதாக மாறுமா?

உச்ச நீதிமன்றம் தனது இறுதித்தீர்ப்பில் 'கூட்டு மனசாட்சி யைத் திருப்திப்படுத்துதல்' என்ற புகழ்பெற்ற கூற்றோடு, நேரடி சாட்சியங்கள் இல்லை என்றும் தெரிவித்தது. அத்தோடு உச்ச நீதிமன்றம் "முகமது அப்சல் பயங்கரவாத இயக்கம் அல்லது

அமைப்பு எதிலும் அங்கம் வகித்ததற்குச் சான்று இல்லை" என்று தெரிவித்தது. அப்படி என்றால், ராணுவ வீரர்கள் எல்லையில் குவிக்கப்பட்டதற்கு, போர்வீரர்களின் உயிரிழப்புக்கு, நாட்டுமக்களின் பணம் வாரி இறைக்கப்பட்டதற்கு, அணுவாயுதப் போர் மூளும் ஆபத்தினுள் அடியெடுத்து வைத்ததற்கு என்ன நியாயம்? (வெளிநாட்டுத் தூதரகங்கள் தத்தம் நாட்டவர்களுக்குப் பயண எச்சரிக்கை விடுத்ததும், அதிகாரிகளை அப்புறப்படுத்தியதும் நினைவிருக்கிறதா?) நம்மிடம் தெரிவிக்கப்படாத ஏதோ ஒரு துப்பு நாடாளுமன்ற தாக்குதலுக்கு முன்னரே, அப்சல் குருவின் கைதுக்கு முன்னரே கிடைத்திருந்ததா? கிடைத்திருந்தால், தாக்குதல் நிகழ்வதை எப்படி அனுமதிக்க முடிந்தது? திட்டவட்டமான துப்பு கிடைத்திருந்தால், அத்தகைய ஆபத்தான படை குவிப்பை நியாயப்படுத்தப் போதிய துப்பு கிடைத்திருந்தால், நம்பகமான துப்பு கிடைத்திருந்தால், அதை அறிந்து கொள்ளும் உரிமை இந்திய, பாகிஸ்தானிய, காஷ்மீரத்து மக்களுக்கு இல்லையா? நீதிமன்றத்தில் அப்சல் குருவின் குற்றத்தை நிரூபிக்க அந்தச் சான்று ஏன் முன்வைக்கப்படவில்லை?

நாடாளுமன்றத் தாக்குதல் வழக்கிற்கு உட்பட்ட சர்ச்சைகள் அனைத்திலும் மிகமுக்கியமாக இந்த விஷயம் தொடர்பாக இடதுசாரிகள், வலதுசாரிகள், இந்துத்துவவாதிகள், மதச்சார்பற்றவர்கள், தேசியவாதிகள், கிளர்ச்சியாளர்கள், திறனாய்வாளர்கள் முதலான தரப்புகளிடையே மயான அமைதி நிலவியது. ஏன்?

ஜைஷ்–எ–முகமது இயக்கமே தாக்குதலின் சூத்திரதாரியாக இருக்கலாம். ஐ.எஸ்.ஐ. எனப்படும் பாகிஸ்தான் உளவுப் படையின் முன்னாள் அதிபர் ஜாவேத் அஷ்ரஃப் குவாசி 2003ஆம் ஆண்டு அளித்த சாட்சியத்தையும் பாகிஸ்தானிய அறிஞர் முகமது அமிர் ரணா 2004ஆம் ஆண்டு எழுதிய நூலையும் மேற்கோள் காட்டும் பிரவீன் சுவாமி நாடாளுமன்றத் தாக்குதலுக்கு ஜைஷ்–எ–முகமது இயக்கமே பொறுப்பு என்று சமீபத்தில் தெரிவித்தார். இந்திய ஊடகத் துறையில் பெயர்பெற்ற 'பயங்கரவாத' நிபுணர் இவரேதான். ஏனைய செய்தியாளர்கள் பொறாமைப்படும் வண்ணம் இவருக்கே இந்திய காவல் துறையைச் சேர்ந்தவர்களும் உளவுத் துறையைச் சேர்ந்தவர்களும் தகவல் தருவதாகத் தெரிகிறது. (இந்தியாவை நிலைகுலையவைக்க ஆணையிடப்பட்ட அமைப்பின் தலைவர் அளித்த சாட்சியத்தின் வாய்மையை இவர்கள் நம்புவதை என்னவென்று சொல்ல!) எனினும் 2001ஆம் ஆண்டில் எந்தச் சான்றின் அடிப்படையில் ராணுவக் குவிப்பு நடந்தது என்பதை இது விளக்குவதாய் அமையவில்லை.

காஷ்மீர்: சீற்றம் பொதிந்த பார்வை

ஜைஷ்-எ-முகமது இயக்கமே தாக்குதல் நடத்தியது என்பதை ஒரு வாதத்துக்காக ஏற்றுக்கொள்வோம். அதில் ஐ.எஸ்.ஐ.யும் சம்பந்தப்பட்டிருக்கலாம். காஷ்மீரில் மறைமுகச் செயல்பாடுகள் எவற்றிலும் பாகிஸ்தான் ஈடுபடவில்லை என்று நாம் பாவனை செய்யத் தேவையில்லை. (இந்திய அரசாங்கம் பாகிஸ்தானின் பலுச்சிஸ்தான் மாகாணத்திலும் பிற இடங்களிலும் செய்வது போலத்தான் அதுவும். 1970களில் கிழக்கு பாகிஸ்தானில் முக்தி பஹினிக்கும் 1980களில் தமிழ் ஈழ விடுதலைப் புலிகள் உட்பட ஆறு இலங்கைப் போராட்ட இயக்கங்களுக்கும் இந்தியப் படையினர் பயிற்சி அளித்தது நினைவிருக்கிறதா?)

முற்றிலும் கேவலமான நிலவரத்துக்கே அது வழிவகுக்கும்: அப்போது (பெரிய உயிரிழப்பைத் தவிர, ஆயுத வியாபாரிகள் சிலரின் வங்கிக் கணக்குகளைக் கொழுக்க வைப்பதைத் தவிர) பாகிஸ்தானுடன் போரிட்டு எதைச் சாதித்திருக்க முடிந்திருக்கும்? இப்போது எதைச் சாதித்துவிட முடியும்? "எல்லைகடந்து துரத்திச்செலவதன் மூலமே", "பாகிஸ்தானில் உள்ள "பயங்கர வாதிகளின் முகாம்களை அழிப்பதன் மூலமே" "பிரச்சினையை வேருடன் களைய" முடியுமென்று இந்திய பாதுகாப்பின் கடும்போக்காளர்கள் யோசனை கூறுவதுண்டு. அவர்கள் ஆழமாகச் சிந்தித்துத்தான் அப்படிக் கூறுகிறார்களா? நமது தொலைக்காட்சித் திரைகளில் தோன்றும் பாதுகாப்பு ஆய்வாளர்களுள் மற்றும் நிபுணர்களுள் எத்தனை பேருக்கு பாதுகாப்பு – ஆயுத உற்பத்தித் துறையில் பங்குகள் உள்ளன என்று ஆராய்வது சுவாரஸ்யமாக இருக்கும். அவர்களுக்கு வேண்டியது போரல்ல; படைத்துறைச் செலவு மேலோங்கு வதற்கு ஏதுவாகப் போர் சூழ்நிலையே அவர்களுக்கு வேண்டியது. எல்லைகடந்து துரத்திச்செல்லும் எண்ணம் மிகவும் மடத்தன மானது, பரிதாபத்துக்குரியது. எந்த இலக்குகள்மீது குண்டுவீசப் போகிறார்கள்? ஒருசில ஆட்களின் மீதா? அவர்களின் பாசறை கள் மீதா? உணவுப் பண்டங்கள் மீதா? அல்லது சித்தாந்தத்தின் மீதா? ஆப்கானிஸ்தானில் அமெரிக்கப் படையினர் "எல்லை கடந்து துரத்திச்சென்றது" எதில் போய் முடிவடைந்தது என்பதை எண்ணிப்பாருங்கள். காஷ்மீரில் 5 லட்சம் ராணுவத் தினருடன் "பாதுகாப்பு வலை" விரித்தும்கூட, ஆயுதம் ஏந்தாத குடிமக்களை அடிமைப்படுத்த முடியவில்லை என்பதையும் எண்ணிப் பாருங்கள். அத்தகைய சூழ்நிலையில் இந்தியா சர்வதேச எல்லைகடந்து, அணுவாயுதங்கள் கொண்ட ஒரு நாட்டின்மீது, விரைவான களேபரத்துள் ஆழ்ந்து வரும் ஒரு நாட்டின்மீது குண்டுவீசப் போகிறதா? இந்தியாவில் போர் முரசுகொட்டுவதில் கரைகண்டவர்கள் பாகிஸ்தானை ஓர் உருக்குலைந்து வரும் நாடாக ஏளனஞ்செய்வதில் பெரிதும்

மனநிறைவு கொள்கிறார்கள். பாகிஸ்தான் (பித்த, சூனிய, மத வெறியர்களின் நாடாக) நிலைகுலைவது சற்றும் கண்டுகளிப் பதற்குரிய காட்சியல்ல என்பது வரலாறு, புவியியல் துறைகளில் அடிப்படை அறிவு கொண்ட யாருக்கும் புரியும்.

ஆப்கானிஸ்தானிலும் ஈராக்கிலும் அமெரிக்கர் நிலை கொண்டிருப்பதாலும், பயங்கரவாதத்துக்கு எதிரான போரில் அமெரிக்காவின் அதிகாரபூர்வமான இளங்கூட்டாளியாக பாகிஸ்தான் செயற்படுவதாலும், அப்பகுதி அடிக்கடி செய்தி களில் இடம்பெற்று வருகிறது. அங்கு உருவாகும் ஆபத்துகளை வெளியுலகம் அறிந்தாவது வைத்திருக்கிறது. எனினும் உலகம் உவக்கும் புதிய இந்திய வல்லரசில் வீறுகொள்ளும் சூறாவளியைப் புரிந்துகொள்வதும் சிரமம், புரிந்துகொண்டதும் குறைவு. இந்தியப் பொருளாதாரம் பெரும் பிரச்சினைக்கு உள்ளாகியிருக்கிறது. தாராளவாதப் பொருளாதாரக் கொள்கையால் புதிதாக உருவாகிய நடுத்தர வகுப்பினரிடையே பேராசை எத்துணை வன்மை கொண்டதோ, அத்துணை வன்மைகொண்ட விரக்தி யாகவே அது விரைவாக மாறிவருகிறது. அவர்கள் அமர்ந்திருக் கும் விமானம் புறப்பட்ட கையோடு தரைதட்டத் தொடங்கி யுள்ளது. புல்லரிப்பு, பீதியாக மாறிவருகிறது.

2014இல் தேர்தல் நடைபெறவுள்ளது. அதன் முடிவுகளை என்னால் முன்கூட்டியே தெரிவிக்க முடியும். வெறுங்கண்ணுக்கு புலப்படாது போனாலும், திரும்பவும் காங்கிரஸ் – பா.ஜ.க. கூட்டணியே மீண்டும் நம்மை ஆளும். (இவ்விரு கட்சிகளும் தனித்தனியே பல்லாயிரக்கணக்கான சிறுபான்மைச் சமூகத் தவர்களைப் படுகொலைசெய்து சாதனை படைத்தவை.) மார்க்சிஸ்ட் கம்யூனிஸ்ட் கட்சியின் ஆதரவை அவை நாடா விட்டாலும் கூட, அது வெளியிலிருந்து கொண்டே ஆதரவளிக் கும். ஆம், இந்தியா வலிமையான அரசாக விளங்கும். (அடுத்த தூக்குத் தண்டனைக்கு ஏற்கெனவே ஆயத்தம் செய்யப்பட்டு விட்டது. மரணதண்டனைக் கைதிகளின் வரிசையில் அடுத்த தாக (பஞ்சாப் முதலமைச்சர் பியாந்த் சிங்கின் படுகொலைக் காக) பல்வந் சிங் ரஜோவனா இடம்பெறக் கூடுமா? அவருக்கு மரணதண்டனை நிறைவேற்றப்பட்டால், பஞ்சாப்பில் காலிஸ் தானிய உணர்வலைக்கு அது புத்துயிரூட்டக் கூடும். அகாலி தள கட்சியை அது படுகுழியில் தள்ளும். காங்கிரசின் வழக்க மான பழையபாணி அரசியல் அதுவே.)

எனினும் பழையபாணி அரசியல் ஓரளவு சிரமத்துக்கு உள்ளாகியிருக்கிறது. கொந்தளிப்பு மிகுந்த மாதங்கள் சிலவற்றை நாம் கடந்துவந்துள்ளோம். பெரிய அரசியல் கட்சிகளின் பிம்பங்கள் மட்டுமல்ல, அரசியல் முழுவதுமே, நமக்குத் தெரிந்த அரசியல் கருத்துருவம் முழுவதுமே தாக்கப்பட்டு வந்துள்ளது.

ஊழல், விலையேற்றம், வன்புணர்ச்சி, பெண்களுக்கு எதிராக மேலோங்கும் வன்முறை உட்பட எந்தப் பிரச்சினையை எடுத்துக் கொண்டாலும், புதிய நடுத்தர வகுப்பினர் போராட்டத்தில் ஈடுபடுகிறார்கள். அவர்கள்மீது தண்ணீர் பாய்ச்சலாம், அல்லது தடியடி நடத்தலாம். எனினும் ஏழைகளை, தலித்துகளை, ஆதிவாசிகளை, முஸ்லிம்களை, காஷ்மீரிகளை, நாகர்களை, மணிப்பூரிகளை ஆயிரக்கணக்கில் சுட்டுத்தள்ள முடிவதுபோல், சுட்டுத்தள்ளியதுபோல், சிறையில் அடைக்க முடிவதுபோல், சிறையில் அடைத்துள்ளதுபோல், புதிய நடுத்தர வகுப்பினரைச் சுட்டுத்தள்ளவோ சிறையில் அடைக்கவோ முடியாது. அதே வேளை முற்றுமுழுதான சிதைவு ஏற்படாமல் பார்ப்பதற்கு புதிய நடுத்தர வகுப்பினரின் தீவிரப்போக்கைத் தடுத்துநிறுத்தி, அதைத் திசைதிருப்பிவிட வேண்டுமென்பது பெரிய அரசியல் கட்சிகளுக்குத் தெரியும். அரசியலைப் பழைய நிலைக்குக் கொண்டுவருவதில் தாம் ஒத்துழைக்க வேண்டுமென்பது அவற்றுக்குத் தெரியும். அதற்கு சாதிமதக் கலவரத் தீயை மூட்டுவதைவிடச் சிறந்த வழி எது? (மதச்சார்பின்மை, மதச் சார்பின்மைபோல் பாவனை செய்வதும், மதவாதம் மதவாத மாகவே விளங்குவதும் எங்ஙனம்?) நம்முள் ஒரு தரப்பு போர் முரசு கொட்டும் வகையில், மறுதரப்பு அமைதிப் புறாக்களாய்ப் பறக்கும் வகையில் ஒரு சிறுபோர் தொடுப்பதுகூட அதற்கொரு வழியாகலாம்.

இத்தகைய சூழ்நிலையில் ஏற்கெனவே நம்பி விளையாடிய காஷ்மீர் என்னும் பழைய பந்தை உதைப்பதைவிட வேறு சிறந்த தீர்வு எது? அப்சல் குருவை வேண்டுமென்றே, தருணம் பார்த்து, தயக்கமின்றித் தூக்கிலிட்டதால் காஷ்மீர் தெருக்களில் திரும்பவும் அரசியல் வெஞ்சினம் பொங்கிவருகிறது.

வழக்கம்போல் முரட்டு வற்புறுத்தல், மக்களை மக்களுடன் மோதவைக்கும் நயவஞ்சக நோக்குடன் கூடிய சூழ்ச்சித்திட்டம் இரண்டையும் கலந்து இந்த நிலைமையை எதிர்கொள்ள இந்தியா எண்ணியுள்ளது. காஷ்மீர் போர் என்பது மதச்சார் பின்றி அனைவரையும் உள்ளடக்கும் ஜனநாயகத்துக்கும் இஸ்லாமியத் தீவிரவாதிகளுக்கும் இடையே நிகழும் போரே என்று வெளியுலகத்துக்கு காட்டப்படுகிறது. மவ்டி பஷிருத்தீன் என்பவர் காஷ்மீரின் முதுபெரும் மவ்டி எனப்படுகிறார். (முதுபெரும் மவ்டி என்பது முற்றிலும் ஒரு கற்பனைப் பதவி ஆகும்.) மிகவும் அருவருக்கத்தக்க காழ்ப்புணர்சியுடன் அவர் உரையாற்றி வருகிறார். காஷ்மீரை ஒரு பேய்பிடித்த, பாறையைப் போன்ற வஹாபி சமூகமாய் மாற்றும் நோக்குடன் அவர் ஃபாத்வுக்கு மேல் ஃபாத்வா பிறப்பித்து வந்துள்ளார். உண்மை யில் இவர் அரசாங்கத்தால் நியமிக்கப்பட்ட மதகுரு ஆவார்!

இதைக் குறிதது நாம் என்ன முடிவுக்கு வர வேண்டும்? இவர் என்றுமே கைதுசெய்யப்படமாட்டார், இணைய முகநூல் வாயிலாக அறியப்படும் சிறுவர்களே கைதுசெய்யப்படுவார்கள். (அமெரிக்காவின் மிகவும் நிலைபெற்ற நட்புநாடாகிய சவுதி அரேபியாவிலிருந்து) காஷ்மீரின் பள்ளிவாசல்களுக்கு வாரி இறைக்கப்படும் பணத்தை இந்திய அரசாங்கம் கண்டும் காணாமல் இருப்பதைக் குறித்து நாம் என்ன முடிவுக்கு வர வேண்டும்? இதற்கும், ஆண்டுக்கணக்காக அமெரிக்க மத்திய உளவுப்படை (CIA) ஆப்கானிஸ்தானில் பார்த்த வேலைக்கும் இடையே என்ன வேறுபாடு? அத்தகைய கேவலமான வேலைகள் முழுவதும் சேர்ந்துதானே ஒசாமா பின்லாடனையும் அல் கொய்தாவையும் தாலிபானையும் தோற்றுவித்தன. ஆப்கானிஸ் தானையும் பாகிஸ்தானையும் அது பாழாக்கியுள்ளது. இங்கு எத்தகைய பெரும் பதற்றத்தை அது தோற்றுவிக்கப் போகிறது.

பிரச்சினை என்னவென்றால், பழைய அரசியல் உதை பந்தாட்டத்தை இனிமேல் எளிதில் கையாள முடியாது. இப்போது அணுகுண்டுக் கதிர்வீச்சு சம்பந்தப்பட்டுள்ளது. "உருவாகும் சூழ்நிலைகள்" தோற்றுவிக்கும் ஆபத்துகளிலிருந்து தன்னைப் பாதுகாத்துக் கொள்வதற்காக ஒருசில நாட்களுக்கு முன்னர் பாகிஸ்தான் ஒரு குறுந்தூரப் போர்க்கள அணுகுண்டு ஏவுகணையைப் பரீட்சித்துப் பார்த்தது. அணுவாயுதப் போரி லிருந்து உயிர்தப்புவதற்கான துப்புகளை இரண்டு வாரங்களுக்கு முன்னர் காஷ்மீர் காவல்துறை வெளியிட்டது. குடும்பத்தவர் கள் அனைவரும் இரண்டு வாரங்கள் பதுங்கியிருப்பதற்குப் போதியளவு விசாலமான, குண்டுதுளைக்காத, கழிவறையுடைய பாதாள அறைகளை அமைக்கும்படி மக்களுக்கு அறிவுறுத்தப் பட்டது. அத்துடன், "அணுகுண்டு வெடித்த கையோடு வாகனங் கள் உருண்டோடும். அதில் சிக்காமல் தப்புவதற்கு ஓட்டுநர் கள் தத்தம் வாகனங்களைவிட்டு, குண்டுவெடிப்பு மையத்தை நோக்கிப் பாயவேண்டும்" என்றும் கூறப்பட்டது. மேலும், "முழிப்பான, பரிச்சயமான உருப்படிகள், வெடிகுண்டு தாக்குதலுக்கு ஆளாகி சிதைவதைப் பார்க்கும்போது முதலில் நிலைதடுமாற்றம் உண்டாகும் என்பதை எதிர்பார்க்கவும்" என்றும் கூறப்பட்டது.

முழிப்பான, பரிச்சயமான உருப்படிகள் ஏற்கெனவே சிதைவடைந்திருக்கக் கூடும். ஒருகால் உருண்டோடவிருக்கும் வாகனங்களைவிட்டு நாம் இப்போதே பாயவேண்டுமோ?

Outlook **பிப்ரவரி 25, 2013**